...કંઈ તો છે

(બોધકથા સંગ્રહ)

ડૉ. બાબુ ચૌધરી

Made with ♥ on the Notion Press Platform
www.notionpress.com

સામગ્રી

સામગ્રી

પ્રસ્તાવના

જીવનમાં નવી પ્રેરણા પ્રાપ્ત કરવી એ માનવી માટે અતિ મહત્વપૂર્ણ છે. પ્રેરણા જ જીવનમાં નવી દિશાઓ શોધવામાં મદદરૂપ બને છે. આ લેખમાં પ્રેરણાદાયક દ્રષ્ટાંત કથાઓના માધ્યમથી જીવનને સમૃદ્ધ બનાવતી કેટલીક અમુલ્ય શિક્ષાઓને સમજવાનો પ્રયાસ કરશું.

1. પૌરાણિક કથાઓમાંથી પ્રેરણા

પૌરાણિક કથાઓ માનવીના જીવનના મૂળભૂત તત્ત્વોને સમજવામાં સહાય કરે છે. રામાયણ અને મહાભારત જેવી કથાઓ માનવ જીવનમાં કર્તવ્ય, નિષ્ઠા, ધૈર્ય અને ધર્મને પ્રમુખ રાખવાની પ્રેરણા આપે છે. જેમ કે, રામાયણમાં ભગવાન રામની કથા આદર્શ રાજા અને પુત્ર તરીકેના આદર્શનું પ્રતીક છે. તેમણે કઠિન પરિસ્થિતિઓમાં પણ ધર્મનું પાલન કર્યું. આ કથા આપણને શીખવે છે કે જે પ્રતિજ્ઞા આપણે લેવી, તે પૂર્ણ કરવા માટે કઠિન પરિસ્થિતિઓમાં પણ પ્રામાણિકતાપૂર્વક પ્રયત્નશીલ રહેવું જોઈએ.

2. રાજવી કથાઓમાંથી પ્રેરણા

રાજવી કથાઓ શ્રેષ્ઠ નેતૃત્વ, યુદ્ધની કૌશલતા અને આત્મવિશ્વાસ માટે પ્રેરણા આપે છે. મહારાણા પ્રતાપની કથા એ એક ઉત્તમ ઉદાહરણ છે. તેમના જીવનમાંથી આપણે શીખી શકીએ કે કઠિન પરિસ્થિતિઓમાં પણ આત્મસન્માનને પ્રાધાન્ય આપવું જોઈએ. તેવી જ રીતે, શિવાજી મહારાજની કથા આપણને શીખવે છે કે એક નેતાએ કેવી રીતે પોતાની પ્રજાનું કલ્યાણ કરવા માટે અડગ પ્રયાસ કરવા જોઈએ. આવા ઉદાહરણો પ્રેરક શક્તિનું કાર્ય કરે છે.

3. ઝેન કથાઓની શાંતિપ્રેરક દિશા

ઝેન કથાઓ સરળતાથી જીવનમાં શાંતિ અને સંતુલન લાવવાનું માર્ગદર્શન આપે છે.

એક પ્રસંગ આવે છે જેમાં એક શિષ્ય તેના ગુરુ પાસે શીખવા માટે આવી ગયો. શિષ્ય સતત પોતાની જ્ઞાનવાણી વાતો કરતો હતો. ગુરુએ તેનો ચા પ્યાલામાં ભર્યો અને પ્યાલા ભરાઈ ગયા પછી પણ ચા રેડતા રહ્યા. શિષ્યે પૂછ્યું, "ગુરુજી, આ પ્યાલો તો ભરાઈ ગયો છે!" ગુરુ હસતા કહ્યું, "જેમ આ પ્યાલામાં વધુ ચા નથી ભરી શકાતી, તેમ તમારું મન પણ આપમેળે ભરી ગયું છે. નવું શીખવા માટે તમારું મન ખાલી કરવું પડશે."

આ કથા આપણને શીખવે છે કે નવું શીખવા માટે ખૂલી મનોવૃત્તિ જરૂરી છે.

4. સૂફી કથાઓમાંથી જીવનની ઉંડાણભરી સમજ

સૂફી કથાઓ જીવનના તત્વજ્ઞાનની સમજ પૂરી પાડે છે.

એક સૂફી સંતના શિષ્યે પૂછ્યું, "જગતમાં સૌથી મોટું ખજાનો શું છે?" સંતે જવાબ આપ્યો, "તે તું પોતે છે."

આ કથા જીવનમાં આપમેળે શોધ કરવાનો સંદેશ આપે છે. અંતિમ સત્ય આપણા આંતરિકમાં છુપાયેલું છે, અને તેને શોધવા માટે સ્વજ્ઞાન જરૂરી છે.

5. પ્રેરણાત્મક

આ કથાઓ જીવન માટે અનેક માર્ગદર્શન આપે છે. તે આપણને નવી દિશાઓમાં વિચારીને, નવી શરૂઆત કરવા પ્રેરિત કરે છે. પૌરાણિક કથાઓથી આદર્શ જીવન જીવવાની પ્રેરણા મળે છે, જ્યારે રાજવી કથાઓથી નેતૃત્વ અને સંઘર્ષ કરવા શીખીએ છીએ. ઝેન કથાઓ શાંતિ અને સમજણ માટે માર્ગદર્શક છે, જ્યારે સૂફી કથાઓ આત્મજ્ઞાન માટે પ્રેરક છે.

6. નવી પ્રેરણાની અવનવી દિશાઓ

આ તમામ કથાઓ આપણને શીખવે છે કે જીવનમાં અડગપણે આગળ વધવું જ સાચું છે. આજના વ્યસ્ત જીવનમાં જ્યારે મનુષ્ય પોતાનું ધ્યાન ગુમાવી દે છે, ત્યારે આ કથાઓ નવી પ્રેરણાનું કાર્ય કરે છે. દરેક પ્રસંગ અને કથા એ નવી રીતે વિચારવાની તક આપે છે.

આવી કથાઓને વાંચી અને તેનો મર્મ સમજીને આપણું જીવન વધુ સુખદ અને સફળ બનાવી શકાય છે. આ કથાઓના પ્રેરક સંદેશો અમને જીવનના દરેક ક્ષેત્રમાં નવું કામ કરવાના પ્રેરણા પૂરું પાડે છે.

ડૉ. બાબુ ચૌધરી
વાજવડ, કપરાડા (વલસાડ)
તા. 30-05-2025

લેખક પરિચય

ડૉ. બાબુ ચૌધરી વલસાડ જિલ્લાના કપરાડા તાલુકામાં આવેલ વાજવડ ગામના રહેવાસી. વ્યવસાયે શિક્ષક. પત્રકાર, કટારલેખક તથા સર્જક તરીકે તે હાલે ઉભરી રહ્યા છે.

પ્રાથમિક શિક્ષણ વાજવડ ગામેથી મેળવી, માધ્યમિક શિક્ષણ સાર્વજનિક હાઈસ્કૂલ, કોઠારમાં લીધું. પી.ટી.સી.નો અભ્યાસ પૂર્ણ કરી શિક્ષક તરીકે જોડાયા. ચાલુ વ્યવસાયે એમ.એ., બી.એડનો અભ્યાસ કર્યો. શિક્ષક તરીકે બાળમાનસને સમજતા, સમાજને સમજવા એમની મથામણ એમને પત્રકારત્વ તરફ વાળે છે. બાળપણ પ્રકૃતિમાં વિત્યું એટલે પ્રકૃતિ સાથેનો નાતો અતૂટ. જોગાનુંજોગ વ્યવસાયે પણ કપરાડાના ગિરિશૃંગો વચ્ચે પ્રકૃતિની ગોદમાંથી જવાનું થયું. પ્રકૃતિનું માણેલ સૌંદર્ય એમને સાહિત્યની દુનિયામાં ડગ માંડવા પ્રેરિત કરે છે. એમનામાં રહેલી સર્જક પ્રતિભા જાગે છે અને લેખન કાર્યની શરૂઆત થાય છે. છેલ્લા 25 વર્ષથી લેખનકાર્ય કરી રહ્યા છે. એમની લેખન પ્રતિભાને જોઈ વર્ષ 2024માં એમને ગાંધી પીસ ફાઉન્ડેશન નેપાળ દ્વારા કર્તવ્ય દક્ષ ફાઉન્ડેશન, નાશિક ખાતે માનદ્ ડૉક્ટરેટની પદવી એનાયત કરવામાં આવી.

'વાપી સંકેત' સાપ્તાહિકમાં સૌ પ્રથમ 'મોર કરે તે કળા' કોલમ લખી. જેમાં 200થી વધુ વાર્તાઓ લખી. ત્યારબાદ દૈનિક પત્ર 'દમણગંગા ટાઈમ્સ'માં 'મારી બોલી મારી વાત' કોલમ શરૂ થાય છે. એમાંય 200થી વધુ કુંકણા ભાષામાં વાર્તાઓ લખી. આ બે કોલમે એમને મોટી ઓળખ અપાવી. હાલે એ જ દૈનિકમાં 'સંવેદન' કોલમમાં એમની સર્જનાત્મકતા અનુભવાય છે. કોઈ સમાજની સમસ્યા 'નાનાપોઢાનો પત્ર'માં આવી રહી છે.

પત્રકાર, કટારલેખક અને સર્જકપ્રતિભાની એમની કાર્યશૈલીને ધ્યાને લઈ કેટલાક પુરસ્કારો તેમને મળેલ છે. વર્ષ: 2021માં 'વેલ્ફેર', વર્ષ-2022માં 'નેશન બિલ્ડર', વર્ષ: 2023માં ફરી 'વેલ્ફેર', વર્ષ: 2023માં 'પ્રાઇડ ઓફ ભારત', વર્ષ: 2024માં 'બાળશાસ્ત્રી જાંબેકર', વર્ષ 2024માં ફરી 'વેલ્ફેર', વર્ષ: 2024માં 'આઇકોન' પુરસ્કારથી સન્માનિત કરવામાં આવેલ છે. 'આદિવાસી સાહિત્યમંચ' સાથે પણ સંકળાયેલા છે. આ મંચે પણ વર્ષ 2021માં અને વર્ષ 2024માં જિલ્લા પંચાયત વહીવટીતંત્ર (શિક્ષણ વિભાગ) વલસાડ દ્વારા સન્માનિત કરવામાં આવ્યા. 2025માં દિલ્લી ખાતે "દેશરત્ન" એવોર્ડ અને નાસિક ખાતે "કોહિનૂર" એવોર્ડથી સન્માનિત કરવામાં આવ્યા.

ડૉ. બાબુ ચૌધરીની પહેલી "ખિનુ" નવલકથા 2023માં પ્રકાશિત થઈ. આ નવલકથાને "પ્રાઇડ ઓફ ભારત" એવોર્ડ પણ પ્રાપ્ત થયો હતો. સને 2024માં "કોરોના ગલી" નવલકથા પ્રકાશિત થઈ. આ ઉપરાંત 'વહેતા નીર', 'થંભી ગયા નીર', 'હેદઅની ડોકી', (અપ્રકાશિત) નવલકથાઓ છે. એમનું ત્રીજું પુસ્તક "...કંઈ તો છે." ને હ્રદય પૂર્વક આવકારું છું.

હંસાબેન ચૌધરી.
વલસાડ, કપરાડા
વાજવડ
તા. 30-05-2025

૧
આકાશને ગળણું બાંધીએ !

એક દિવસ મહાદેવ કૈલાસ પર્વતના ઢોળાવ પર આંટા મારતા હતા. પાર્વતીને તેમની સાથે વાત કરવાનો અવસર મળી ગયો! શિવજી લગભગ બધો જ સમય ધ્યાનસ્થ અવસ્થામાં હોય, એટલે વાત કરવાનું મન થાય ત્યારે પાર્વતીને રાહ જોવી પડે, તે દિવસે સુંદર તક મળી એટલે તેમણે શિવજીને પૂછ્યું: "ઘણા સમયથી મનુષ્યોનાં વલણને સમજવા પ્રયત્ન કરું છું પણ બરાબર સમજાતું નથી. મનુષ્યો કર્મ કરતી વેળા તેનું શું પરિણામ આવશે તેનો કેમ વિચાર નહીં કરતા હોય? તેઓ એવાં કામો શા માટે કરતાં હશે કે તેમની અન્ય લોકો નિંદા કરે?"

શિવજી સ્વયં ભોળા. પાર્વતીનું ભોળપણ જોઈ શિવજી મનોમન રાજી થયાં. તેમને થયું હશે: "સારું થયું, ભોળાને ભોળી સ્ત્રી મળી ગઈ! નહીંતર, શું થાત?" પછી ગંભીર થઈને કહે: "સતી, આ મનુષ્યોને મોંએ ગળણું બંધાય એવું નથી. તેઓ કોઈને છોડે નહીં. મોકો જોઈને જ બેઠા હોય."

શિવજીની વાત માનવા પાર્વતી તૈયાર નહોતાં. તેમણે કહ્યું: "લોકો એવા કાંઈ મૂર્ખ નથી કે સૌની નિંદા કરે. લોકો કહે તેમ માણસ જો કરતો હોય તો કોઈ તેની નિંદા શા માટે કરે?"

સીધો અનુભવ નહીં થાય ત્યાં સુધી પાર્વતી નહીં માને, તેવો શિવજીને ખ્યાલ આવી જતાં, તેમણે કહ્યું: "આને ચર્ચાનો વિષય ન બનાવીએ. આપણે પૃથ્વી પર જઈને જાતે જ અનુભવ મેળવીએ." તેમણે નંદીને તૈયાર કર્યો. શિવ, પાર્વતી અને પુત્ર ગણેશ નંદી પર બેસી એક નગરમાં પહોંચી ગયાં! ત્રણેયે વેશ પલટો કરેલો એટલે લોકો ઓળખી શકે તેમ નહોતા. નગરના ચૌટામાંથી પસાર થતાં હતાં ત્યારે ચોકમાં ઊભેલા લોકોએ કહ્યું: "નિર્દયતાની પણ હદ હોય. આ બિચારા અવાચક પ્રાણી પર ત્રણ તગડા જણા બેઠાં છે. એમને શરમે ય નથી આવતી." લોકોની વાત સાંભળી મહાદેવ નંદી પરથી ઊતરી જઈ ચાલવા લાગ્યા. એટલે લોકોએ કહ્યું: "આપણે આવી ક્રૂર સ્ત્રી જોઈ નથી; પોતે આરામથી

નંદી પર બેઠી છે અને બિચારા વૃદ્ધ માણસને ચલાવે છે!" પાર્વતીજીને કાને આ શબ્દો પડ્યાં એટલે તરત તેઓ નંદી પરથી નીચે ઊતરી ચાલવા લાગ્યાં. હવે નંદી પર એકલા ગણપતિ બેઠા હતા. તેમનું તગડું શરીર જોઈ લોકો કહેવા લાગ્યા: "આ છોકરો કઈ જાતનો છે? તેના વૃદ્ધ મા-બાપ ચાલે છે અને પોતે અલમસ્ત બનીને નંદી પર જલસા કરે છે!" આવી નિંદા સાંભળી ગણપતિ પણ નીચે ઊતરી ગયા અને ત્રણેય ચાલવા લાગ્યા. થોડે આગળ ગયા. એટલે અન્ય માણસો કહેવા લાગ્યા: "આ લોકો મૂર્ખ લાગે છે. જમીન તપી ગઈ છે. ત્રણેયના પગ ઉઘાડા છે. સરસ પોઠિયો છે છતાં તેના પર બેસવાને બદલે નકામા શેકાય છે!" આવું સાંભળી મહાદેવજી પોઠિયા પર બેસી ગયા. એક જણે ટોણો માર્યો: "આ ડોસાને હજી કેટલું જીવવું હશે, તે પોઠિયા ઉપર બેસી ગયો. તેની સ્ત્રી અને છોકરો હેરાન-પરેશાન થાય છે અને બુઢ્ઢો સુખ ભોગવી રહ્યો છે!"

ત્રણેય ત્યાંથી પાછા ફર્યા. રસ્તામાં પાર્વતી શિવજીને કહેતા હતા: "આપણે કોઈનું કાંઈ બગાડ્યું નહોતું. નંદી પણ આપણો જ હતો. જેને અન્યનો વાંક જ જોવો છે અને નિંદા કરવી છે તેને રાજી કરવાનો ગમે તેટલો પ્રયત્ન કરવામાં આવે તો પણ સફળતા ન મળે."

2
કહળુભા

પતિ-પત્ની ભક્તિરસમાં તરબોળ રહેતાં, એટલે એમને ત્યાં સાધુ-સંતો અને ભક્તોની ઘણી અવર-જવર રહેતી. એક દિવસ કેટલાક સંતો કહળુભાને આંગણે આવેલા ત્યારે ગામના કોઈ સજ્જનને થયું કે ભક્તને ખોરડે તો સંતો-સાધુઓ અવારનવાર જમતાં જ હોય છે. એટલે તેણે સંતોને માટે ભોજન તૈયાર કરાવડાવ્યું અને સંતો સાથે કહળુભા ભગત પણ જમવા આવે એવો પેલા સજ્જને આગ્રહ રાખ્યો. સંતમંડળી સાથે કહળુભા પેલા સજ્જનને ત્યાં જઈ રહ્યા હતા ત્યારે રસ્તામાં એક મરેલી ગાય પડી હતી. ગામના ચોરા પર કેટલાક ગોહિલ રજપુતો બેઠા હતા. કહળુભા પણ રજપુત હતા. રજપુત થઈ ભજનો ગાય અને સાધુઓ સાથે હરે-ફરે તે કેટલાકને આંખમાંના કણાની જેમ ખૂચતું હતું. તેમને આજે મોકો મળી ગયો. એક રજપુતે પૂછ્યું:

"ભગત, સાધુઓ સાથે જમવા જતા હશો, કાં?"

"હા ભાઈ, જમાડનારનો ઘણો આગ્રહ, પછી ના કેમ પડાય?" કહળુભા બોલ્યા.

"બરાબર છે."

એક ગોહિલે કટાક્ષમાં કહ્યું: "તમ જેવા ભગતને જમાડવા માટે નસીબ જોઈએ, નસીબ. પણ ભગત, આ ગાય મરેલી પડી છે અને તમને ખાવાનું ભાવશે?" હજી તેનું વાક્ય પૂરું ન થાય ત્યાં બીજો રજપુત બોલી ઊઠ્યો: "ભાઈ, તું તો બહુ ઉતાવળો! તું કેમ માની બેઠો કે ભગત ગાયને મરેલી રાખીને જમવા જશે? તેઓ ઘરે-ઘરે લાડવા અમથા નથી જમતા અને આખી રાત ભજનો ગાઈ-ગવડાવીને આપણને ઊંઘવા નથી દેતા, તેનો લાભ આજે નહીં કરાવે?"

ઈર્ષા અને દ્વેષમાં બોલાયેલા શબ્દો કહળુભાએ સાંભળ્યાં. ભક્તિનું ઘોર અપમાન થતું તેમને લાગ્યું. તેમણે સાધુઓને જમવા જવા દીધા અને પોતે ઘરે પાછા ફરી ગંગાસતીને

નિંદાની વાત કરી.

ગંગાસતીએ સહેજ પણ સ્વસ્થતા ગુમાવ્યા વિના કહ્યું: "ભગત, જગતના લોકો એમ જ વર્તે. તેઓ બોલે અને આપણે સાંભળવું, આપણે સાગરપેટાં થવું. તેમ છતાં ઠાકોરજીની પ્રતિષ્ઠાને અણનમ રાખવી હોય તો સંતોના ચરણામૃત લઈ ગાય પર છાંટો. દીનાનાથ બાનાની પત રાખશે."

કહે છે કે સંતોના ચરણામૃતના સ્પર્શથી ગાય ભાનમાં આવી ગઈ અને દ્વેષ કરનારાઓનાં મોં કાળામેશ થઈ ગયાં.

3
માન્યતા

એક રાજા એવું માનતો હતો કે તેને જે કાંઈ શીખવવામાં આવ્યું છે અને તે જે કાંઈ માને છે તે સાચું છે. તે ઘણી રીતે ન્યાયી રાજવી હતો, પણ તેના વિચારો સીમિત હતા. એક દિવસ તેણે તેની ત્રણ પુત્રીઓને બોલાવીને કહ્યું: "મારી પાસે જે કાંઈ છે તે તમારું છે અથવા ભવિષ્યમાં તમારું થશે. મારા દ્વારા જ તમને ત્રણેયને જીવન પ્રાપ્ત થયું છે. મારી ઇચ્છા શક્તિ જ તમારું ભાવિ નક્કી કરે છે અને તે રીતે તમારું નસીબ પણ."

આ બાબતનું સત્ય સમજાય જતાં બે આજ્ઞાંકિત પુત્રીઓ પિતા સાથે સંમત થઈ; પણ ત્રીજી પુત્રીએ કહ્યું: "એક પુત્રી તરીકે મારું સ્થાન એવું છે કે મારે કાનૂનોને આધીન રહેવું જોઈએ, તેમ છતાં હું એમ માનતી નથી કે મારું નસીબ તમારા અભિપ્રાયોથી જ હંમેશાં નક્કી થાય."

"તારી આ વાતને અમે લક્ષમાં રાખીશું." રાજાએ કહ્યું.

તેણે આજ્ઞા કરી કે તેને એક નાની કોટડીમાં કેદ કરવી, જેથી વરસો પછી તે ઢીલી પડી જાય. આ સમય દરમિયાન રાજા અને તેની બે આજ્ઞાંકિત પુત્રીઓ છૂટથી નાણાં વાપરવા લાગી. ત્રીજી છોકરી પિતાની વાતને સાનુકૂળ રહી હોત તો તેને માટે પણ નાણાનો ઉપયોગ કર્યો હોત.

રાજા મનોમન બોલ્યો: "આ પુત્રી તેની પોતાની ઇચ્છાને કારણે નહીં, પણ મારી ઇચ્છાને કારણે જેલમાં છે. જેની પાસે તાર્કિક બુદ્ધિ છે તેને પૂરેપૂરી ખાતરી થઈ જશે કે પુત્રીની ઇચ્છા નહીં, પણ મારી જ ઇચ્છા શક્તિ તેના ભાગ્યને નક્કી કરે છે."

પ્રદેશના લોકો રાજકુમારીની સ્થિતિ વિશે સાંભળીને પરસ્પર કહેતા: "આ રાજકુમારીએ રાજાને કાંઈક બહુ જ ખોટું કહ્યું હશે અથવા ખોટું કર્યું હશે, નહીંતર તે તેની પોતાની જ પુત્રી સાથે આવો વર્તાવ ન કરત. આમાં રાજાનો દોષ દેખાતો નથી." દરેક બાબતમાં યોગ્ય રીતે

વિચારવાની રાજાની ધારણા વિશે તકરાર કરવાની તેમને જરૂરિયાત લાગી નહીં.

રાજા સમયાંતરે પુત્રીની મુલાકાત લેતો રહેતો. જેલવાસને કારણે તે ફિક્કી અને નબળી પડી ગઈ હતી તો પણ તે તેનું વલણ બદલવા તૈયાર નહોતી.

છેવટે રાજાની ધીરજ ખૂટી ગઈ.

તેણે એક દિવસ રાજકુમારીને કહ્યું: "તું મારી સતત અવજ્ઞા કરે છે તેથી મને સંતાપ થાય છે. તું મારા રાજ્યમાં રહીને મારા હક્કોને નબળા પાડતી હોય તેમ મને લાગે છે. હું તારી હત્યા કરી શકું પણ હું દયાળું છું. એટલે હું તને આપણાં રાજ્યની બાજુમાં આવેલા અરણ્યમાં દેશ નિકાલ કરું છું. તે અરણ્યમાં એવા જંગલી પ્રાણીઓ અને એવા ચક્રમ અને સમાજ દ્વારા બહિષ્કૃત થયેલા માણસો વસે છે, જે આપણા બૌદ્ધિક સમાજમાં રહી શકે નહીં. તે પ્રદેશમાં તું રહીશ એટલે તને ખ્યાલ આવી જશે કે તું તારા કુટુંબથી અલગી રહી શકીશ કે કેમ અને જો તું તેમ કરી શકે તો તું તારા કુટુંબ કરતાં એ સ્થિતિને પસંદ કરે છે એમ સમજીશ."

તેના ચુકાદાનો તરત અમલ કરવામાં આવ્યો. તે રાજકુમારીને રાજ્યના સીમાડા બહાર મૂકી દેવામાં આવી. આ વિસ્તાર એટલો ભિન્ન હતો કે તેને અને જે વાતાવરણમાં રાજકુમારીનો ઉછેર થયેલો તેના વચ્ચે સામ્ય નહોતું; પણ થોડા સમયમાં તેને ખ્યાલ આવી ગયો કે તે ગુફાને ઘર બનાવી શકે; વૃક્ષો તેને ફળ અને સૂકો મેવો આપી શકે; સૂર્ય ઉષ્મા આપી શકે. આ અરણ્ય અથવા વગડાને પોતાનું હવામાન છે અને પોતાની રીતે ટકી રહેવાની રીત છે.

થોડા સમયમાં તેણીએ તેના જીવનને એવી રીતે ગોઠવી દીધું કે તેને ઝરણામાંથી જળ મળી રહેતું; જમીનમાંથી શાકભાજી પ્રાપ્ત થતાં અને ધૂધવાતાં વૃક્ષોમાંથી અગ્નિ ઉપલબ્ધ થતો.

તે સ્વગત બોલી ઊઠી: "અહીં જ જીવન છે; પ્રકૃતિના તત્ત્વો સાથે રહે છે; એક પ્રકારની પૂર્ણતા રચે છે, તેમ છતાં તે વ્યક્તિગત કે સામૂહિક રીતે મારા રાજવી પિતાની આજ્ઞાનું પાલન કરતા નથી."

એક દિવસ ભૂલો પડેલો ખૂબ ધનવાન અને ચતુર મુસાફર દેશવટો ભોગવતી રાજકુમારી પાસે પહોંચી ગયો અને તે બંનેને પરસ્પર પ્રેમ થયો. તે રાજકુમારીને પોતાના દેશમાં લઈ ગયો અને તેની સાથે લગ્ન કર્યા.

અમુક કાળ વીત્યા પછી બંનેએ અરણ્યમાં પાછા ફરવાનો નિર્ણય કર્યો અને જંગલમાં એક

વિશાળ અને સમૃદ્ધ નગરની રચના કરી. આ નગરમાં તેમનું શાણપણ, સાધન સંપત્તિ અને શ્રદ્ધા પૂર્ણપણે અભિવ્યક્ત થતાં હતાં. ચક્રમો અને ગાંડા માણસો જેવા લાગતાં માણસોનું જીવન બહુલક્ષી જીવન સાથે ઘણું જ સંવાદમય અને ઉપયોગી બની ગયું હતું.

આ નગરી અને તેની આજુબાજુનો ગ્રામ વિસ્તાર સમગ્ર જગતમાં વિખ્યાત બની ગયા. લાંબો સમય વીતે તે પહેલાં રાજકુમારીના પિતાના રાજ્ય કરતાં તેની સત્તા અને તેનું સૌંદર્ય અનેક ગણાં ચડિયાતા થઈ ગયાં.

આ પ્રદેશના રહેવાસીઓએ આ નુતન અને આદર્શ રાજ્યની સંયુક્ત રાજાશાહી પદ્ધતિ માટે રાજકુમારી અને તેના પતિને સર્વ સંમતિથી ચૂંટયાં.

લાંબો સમયગાળો પસાર થયા પછી રાજકુમારીના પિતાએ અરણ્યમાં નિર્માણ થયેલા આ વિલક્ષણ અને રહસ્યમય સ્થાનની મુલાકાત લેવાનો નિર્ણય કર્યો. તેણે સાંભળેલું કે જે લોકોને તેણે તિરસ્કારેલાં તેમાંના કેટલાક ત્યાં વસતા હતા. રાજા નત મસ્તકે અને ધીમે પગલે રાજસિંહાસન પાસે ગયો અને તેના પર બેઠેલ યુગલને જોવા તેણે નેત્રો ઊંચા કર્યા. આ યુવાન યુગલ તેની ન્યાય પ્રતિષ્ઠા, સમૃદ્ધિ અને સમજણ માટે તેના પોતાના રાજ્ય કરતા ઘણું ચડિયાતું હતું. તેની પુત્રી જે શબ્દો ગણગણી રહી હતી તે તેના કાને પડયા: "પિતાજી, પ્રત્યેક પુરુષ અને સ્ત્રીને તેનું પોતાનું નસીબ અને તેની પોતાની પસંદગી હોય છે."

4
માન્યતા અને સત્ય

સૂફી કથામાં એવું આવે છે કે એક માણસ મૃત્યુ પામ્યો છે એમ માની લઈને તેની દફનવિધિ તૈયાર થવા માંડી, ત્યાં તેનામાં જીવંતપણું દેખાયું. તે બેઠો થઈ ગયો. તેણે તેની આસપાસમાં દાધુઓને જોયા એટલે તેને એટલો બધો આઘાત લાગ્યો કે તે ફરી બેભાન થઈ ગયો.

તેને મરેલો ધારી શબપેટીમાં મૂકવામાં આવ્યો અને જનાજામાં જોડાયેલા દાધુઓ કબરસ્તાન તરફ જવા લાગ્યા. તેઓ કબર પાસે પહોંચ્યા એટલે તે માણસ ભાનમાં આવી ગયો. તેણે શબ પેટીનું ઢાંકણ ઉંચું કર્યું અને સહાય માટે બૂમ પાડી.

દાધુઓ બોલી ઊઠ્યા: "તે ફરી જીવતો થાય તે શક્ય નથી, કારણ કે તે મૃત્યુ પામ્યો છે, એવું નિષ્ણાંતોએ પ્રમાણપત્ર આપ્યું છે."

"પણ હું જીવંત છું." પેલો માણસ બરાડી ઊઠ્યો.

દાધુઓમાં એક ખૂબ જાણીતો અને નિષ્પક્ષ વિજ્ઞાની અને વિધિશાસ્ત્રજ્ઞ હતો, એટલે તે માણસે તેને વિનંતી કરી.

"ઊભા રહો." નિષ્ણાંતે કહ્યું. પછી તેણે દાધુઓને સંબોધીને કહ્યું: "શબ પેટીમાં મુકેલા માણસે જે કહ્યું તે તમે બધાએ સાંભળ્યું છે. તમે પચાસ સાક્ષીઓ અહીં હાજર છો. તમને બધાને શું સાચું લાગે છે?"

સાક્ષીઓ તરત બોલી ઊઠ્યા: "તે મૃત્યુ પામ્યો છે."

"તો એને દફનાવી દો." નિષ્ણાંતે કહ્યું.
એટલે તેને દફનાવી દેવામાં આવ્યો.

5
પાત્રતા વિના જ્ઞાન !

સૂફીઓની એક ખ્યાતનામ મંડળી હતી. આ મંડળીની ખ્યાતિ સાંભળી ત્રણ વ્યક્તિઓને એમ થયું કે જ્ઞાન પ્રાપ્ત કરવું હોય તો એ મંડળીમાં પ્રવેશ મેળવવો જોઈએ. આવા હેતુથી જ્યાં મંડળીનો મુકામ હતો ત્યાં ત્રણેય વ્યક્તિઓ પહોંચી ગઈ. તેમાંની પ્રથમ વ્યક્તિને ગુરુની અનિશ્ચિત, અવ્યવસ્થિત અથવા અસ્થિર વર્તનૂંક જોઈને ગુસ્સો આવ્યો. એટલે વિશેષ વિલંબ કર્યા વિના તે પેલી મંડળીથી અલગ થઈ ગયો.

બીજી વ્યક્તિએ મંડળીમાં પ્રવેશ કર્યો ત્યારે ગુરુના કહેવાથી જ એક શિષ્યે તેને કહ્યું કે, જેની પાસેથી તારે જ્ઞાન મેળવવું છે તે સાધુ કપટી અથવા પ્રપંચી છે. આવું સાંભળીને બીજી વ્યક્તિ પણ તત્કાલ અલગ થઈ ગઈ. ત્રીજી વ્યક્તિને વાત કરવાની તક મળી, પણ લાંબા સમય સુધી તેને ગુરુ પાસેથી કાંઈ શીખવાનું ન મળ્યું, એટલે તેને રસ ન પડ્યો અને તેણે મંડળી ત્યજી દીધી.

આ ત્રણેય વ્યક્તિએ વિદાય લીધી પછી ગુરુએ મંડળીના સભ્યોને આ પ્રમાણે બોધ આપ્યો: "પ્રથમ વ્યક્તિના વર્તનથી આ સમજવા જેવું હતું: કોઈ પણ મૂળભૂત બાબતને માત્ર જોઈને ન્યાય તોળવા ન બેસી જવું એ સિદ્ધાંત છે. બીજી વ્યક્તિ કોઈ વસ્તુ કરવી કે ન કરવી તે માટે દ્રષ્ટાંત રૂપ હતી: તેનામાંથી એ શીખવાનું છે કે ઊંડું મહત્વ ધરાવતી કોઈપણ બાબત અંગે માત્ર સાંભળીને ન્યાય ન તોળાય. ત્રીજી વ્યક્તિનું વર્તન એવું દર્શન આપે છે કે કોઈ પણ વ્યક્તિને પ્રવચન પરથી, બોલવાની છટા પરથી કે બરાબર બોલી શકે છે કે નહીં, તેના પરથી મૂલવી ન શકાય.

એક શિષ્યએ પૂછ્યું: "આ મંડળીમાં પ્રવેશ મેળવવા ઉત્સુક એવા ઉમેદવારોને આ બાબતમાં શા માટે બોધ આપવામાં ન આવ્યો?" ગુરુએ પ્રત્યુત્તર આપતાં કહ્યું: "મારી ઉપસ્થિતિ અહીં ઉચ્ચ શિક્ષણ આપવા માટે છે. પોતે માતાના ઘૂંટણ પાસે બેઠા હતા ત્યારથી જ્ઞાન ધરાવે છે એવો દંભ કરનારને શીખવવાનું મારું કામ નથી."

6

અખિલાઈ

મનુષ્યના દુ:ખનું કારણ શું એ અંગે શિષ્યો વચ્ચે ઉગ્ર ચર્ચા ચાલી રહી હતી.

કોઈક કહેતું હતું કે દુ:ખનું કારણ સ્વાર્થ છે. બીજાએ કહ્યું: ભ્રમણા કે મોહને કારણે દુ:ખ થાય છે. અન્ય કહેતા હતા: વાસ્તવિકતા અને અવાસ્તવિકતા વચ્ચેનો ભેદ સમજવાની અશક્તિને કારણે દુ:ખ થાય છે.

છેવટે શિષ્યો ગુરુ પાસે ગયા અને એમની સલાહ લીધી. ગુરુએ કહ્યું: "મનુષ્ય શાંત થઈને એકાંતમાં બેસવાની અશક્તિને કારણે દુ:ખો નિર્માણ થાય છે."

* * *

એક અંગ્રેજ દંપતિની વાત છે. અંગ્રેજ પ્રોટેસ્ટન્ટ પંથનો હતો અને તેની પત્ની રોમન કેથલિક ધર્મ પાળતી. બંને પોતપોતાના દેવળમાં જતાં. અંગ્રેજ તેની પત્નીને પ્રથમ દેવળમાં મૂકી આવતો અને ત્યારબાદ તે તેના દેવળમાં જતો. વળતાં તે પત્નીને દેવળમાંથી લઈ લેતો. આમ હંમેશા બનતું રહેતું. સ્વામી રામ આ અંગ્રેજ દંપતિને ઓળખતા હતા. તેમણે પેલા અંગ્રેજને પૂછ્યું: "તમે બંને જુદા-જુદા પંથના છો, છતાં એકબીજા સાથે પ્રેમપૂર્વક રહી શકો છો?" અંગ્રેજે તરત જ કહ્યું: "ધર્મનો ઈશ્વર સાથે પારમાર્થિક સંબંધ છે. મેડમનો અને મારો સંબંધ તો સાંસારિક છે. ઈશ્વરની પાસે મારા કર્મોનો જવાબદાર હું છું અને તેના કર્મોની જવાબદાર તે છે, તેથી વાદ-વિવાદ કરવામાં અમને શો લાભ? અમે સાંસારિક સંબંધમાં એકબીજાને અત્યંત ચાહીએ છીએ. તે મારો ઘર વ્યવહાર ઘણા ખંતથી ચલાવે છે. હું મારી ફરજ બજાવ્યે જાઉં છું. પછી તકરારને અવકાશ ક્યાં છે?"

આનું નામ દ્રષ્ટિની વિશાળતા. જ્યાં વિશાળતા હોય ત્યાં ઘણાં પ્રશ્નો ઉકલી જતા હોય છે.

* * *

એક વખત પ્રાણીઓમાં મનુષ્ય શ્રેષ્ઠ કે કૂતરો શ્રેષ્ઠ એવો માણસોમાં વિવાદ થયો. સભામાં બે પક્ષ પડી ગયા, પણ નિવેડો ન આવ્યો. એટલે તેઓ મહાત્મા હુસેન પાસે ગયા. તે પ્રદેશમાં તે કાળે હુસેન સત્ય વક્તાઓમાં શ્રેષ્ઠ ગણાતા હતા. લોકોએ તેમને સીધો જ પ્રશ્ન કર્યો: "મનુષ્ય શ્રેષ્ઠ કે કૂતરો?"

હુસેને કહ્યું: "હું મારી વાત કહું, તેમાંથી કોણ શ્રેષ્ઠ તે તમે નક્કી કરી લેજો: હું મારું જીવન પુણ્યના કામમાં ગાળું ત્યાં સુધી કૂતરા કરતાં ચડિયાતો છું, પરંતુ મારું જીવન પાપમય બને ત્યારે કૂતરો મારા જેવા સો હુસેન કરતાં પણ ચડિયાતો છે."

7

મૃત્યુની અવગણના?

સૂફી સંત ફૂદાઇલ ઇબ્ન અયદે એક નાનકડી કથા લખી છે. તેમાં બગદાદના સૂફીનો એક શિષ્ય મૃત્યુના પંજામાંથી છટકવાનો પ્રયત્ન કરે છે તેનું વર્ણન છે.

તે એક દિવસ મુસાફરખાનાના એક ખૂણામાં બેઠો હતો ત્યારે તેણે બે આકૃતિઓને વાતો કરતી જોઈ. એ બે આકૃતિઓ વચ્ચે જે વાતો થઈ તેનાથી આ શિષ્યને ખ્યાલ આવી ગયો કે બેમાંથી એક યમદૂત છે. યમદૂત તેના સાથીદારને કહી રહ્યો હતો કે આવતા ત્રણ અઠવાડિયામાં મારે આ નગરની કેટલીક વ્યક્તિઓની મુલાકાતો લેવાની છે. આટલી વાત થયા પછી બંને આકૃતિઓ ત્યાંથી રવાના થઈ ગઈ. દરમિયાન ભયભીત થઈ ગયેલા શિષ્યે પોતાની જાતને છુપાવી રાખી. પછી તેણે બુદ્ધિથી વિચાર કર્યો કે કદાચ મૃત્યુ મને લેવા આવે તો તેને છેતરીને કેવી રીતે બચવું. તેણે નિર્ણય લઈ લીધો કે જો તે બગદાદથી દૂર રહેશે તો કોઈ તેને સ્પર્શ કરી શકશે નહીં.

આવો વિચાર આવતાં તેણે બગદાદમાં ભાડે મળતા અશ્વોમાંથી એક અતિ ઝડપી અશ્વ પસંદ કરી તેને ભાડા પર લીધો અને રાત-દિવસ જોયા વિના તેણે અશ્વને પુર ઝડપે દોડાવ્યે રાખ્યો. તેને દૂર દૂર આવેલા સમરકંદ નગર સુધી પહોંચવું હતું. તેની ધારણા એવી હતી કે બગદાદમાં આવેલા યમદૂતના હાથ સમરકંદ સુધી લાંબા નહીં થઈ શકે.

શિષ્ય રવાના થઈ ગયો. દરમિયાન યમદૂત શિષ્યના ગુરુને મળ્યો અને ભિન્ન ભિન્ન વ્યક્તિઓ વિશે વાત કરી. તેણે સૂફી સંતને પૂછ્યું: "તમારો ફલાણો શિષ્ય ક્યાં છે?" ગુરુએ કહ્યું: "તે આ નગરમાં ક્યાંક હોવો જોઈએ. તે ધ્યાનમાં બેસીને સમય પસાર કરતો હશે. તે કોઈ મુસાફરખાનામાં હોવો જોઈએ."

યમદૂતે કહ્યું: "આશ્ચર્યકારક રીતે તે શિષ્ય મારી યાદી પર છે. આ રહ્યું તેનું નામ. મારે ચાર અઠવાડિયાની અંદર સમરકંદ ખાતેથી તેને હાથ કરવાનો છે."

8
સેના નાવી વાળંદ

ગામના વાળંદ સેના નાવીની વાત કરી ગૌરવ અનુભવતા. અન્ય વાળંદોની જેમ સેના નાવી પણ હજામત કરતો. તે સમયે વાળ કાપવાની નહીં, પણ શિરમુંડન કરવાની પ્રથા હતી. કાં લોકો વાળ વધારતા કાં મુંડન કરાવતા. જેને મુંડન કરાવવું હોય તે વાળંદની મદદ લેતાં હિન્દુસ્તાનના ગામડે ગામડે એકાદ - બે વાળંદ હોય જ; પણ અસંખ્ય વાળંદોમાંથી સેના નાવીને જ કેમ યાદ કરીએ છીએ? અન્ય વાળંદો પાસે જે દ્રષ્ટિ નહોતી તે સેના વાળંદ પાસે હતી. તે પણ લોકોનાં માથામાંનો મેલ અસ્ત્રાથી સાફ કરતો હતો, પણ કોઈક ક્ષણે તે અન્યના મસ્તકનો મેલ સાફ કરતાં કરતાં સાવધાન થઈ ગયો. તેની ચેતના સચેત થઈ ગઈ. તેને થયું હશે: "ઘણા માણસોનાં માથાનો મેલ સાફ કર્યો, પણ મારા માથામાં મેલ ભર્યો છે, તેનું શું? મારામાં માન્યતાઓનો એટલો મેલ ભર્યો છે કે મેં શરીરને જ સર્વસ્વ માની લીધું છે."

શરીરરૂપી સાધનાની પર્યુપાસનામાં જ જીવન પૂરું કરી નાખવાને બદલે શરીરને ધારણ કરનાર તત્ત્વની ઓળખાણ કરવાનું સેના નાવીને સૂઝ્યું એ સામાન્ય નહીં, પણ અસામાન્ય ઘટના છે. આ કારણે જ સામાન્ય જેવો લાગતો સેના નાવી અસામાન્યની આરાધના કરી અસામાન્ય બની ગયો!

૧
ખેડૂત દંપતિ રંકા અને બંકા

તદ્દન સામાન્ય લાગતા ખેડૂત દંપતિ રંકા અને બંકાને હજારો મહારાષ્ટ્ર વાસીઓ આજે પણ યાદ કરે છે. આમ તો આ સાધારણ ખેડૂત દંપતીને કોણ ઓળખે? બહારથી દેખાય તેવી કોઈ વિશેષતા તેમનામાં નહોતી. રામદાસ સ્વામીએ કોઈકના મુખે આ ભક્ત દંપતિની પ્રશંસા સાંભળી ત્યારે તેમને પણ નવાઈ લાગેલી. કહેવાતા ભક્તોની જેમ આ દંપતિની ભક્તિ જોવામાં ન આવતી. રામદાસ સ્વામી એક દિવસ ગામથી બીજે ગામ જઈ રહ્યા હતા ત્યારે તેમણે જોયું કે રંકા અને તેની પત્ની બંકા ખેતરમાંથી પાછા ફરી રહ્યાં હતાં. સ્વામી પાછળ પાછળ ચાલતા હતા. રંકા ભગત કેડી પર ચાલતાં ચાલતાં ઊભા રહી ગયા અને ધૂળ ઉડતી હતી એટલે તેઓ પગથી કાંઈક કરતાં હતા, તેમની પાછળ ચાલી રહેલા બંકાએ અને સ્વામીજીએ જોયું.

પતિની સાથે થઈ જવા બંકા ઉતાવળે ચાલી. ઉતાવળે ચાલતાં રસ્તામાં તેનો પગ ધૂળની ઢગલી સાથે અથડાયો. જોયું તો સોનાનું ઘરેણું હતું. સોના વિશે કશો વિચાર કર્યા વિના આગળ ચાલી તે પતિ પાસે પહોંચી ગઈ. તેણે પતિને પૂછ્યું: "ચાલતાં ચાલતાં વચ્ચે કેમ ઊભા રહી ગયેલા?" રંકાએ ખુલાસો કરતાં કર્યું : "કેડી પર સોનાનું ઘરેણું પડેલું. મને થયું કે કદાચ તમારું મન લલચાય, એટલે મેં તેના પર ધૂળ ઢાંકી દીધી."

બંકાને હસવું આવ્યું. તેણે કહ્યું: " માટીને માટીથી ઢાંકવાની મહેનત શા માટે કરી?"

પાછળ ચાલી રહેલા રામદાસ સ્વામીએ આ શબ્દો સાંભળ્યા, ત્યારે બંને કેટલા અસામાન્ય ભક્તો છે તેનો તેમને ખ્યાલ આવ્યો. સોનાને સોનુ કહેનારા લાખો નીકળશે, પણ સોનાને માટી જ ગણી તેમાં નહીં પકડાઈ જનારા કરોડોમાંથી એકાદ નીકળે.

10

આચરણ

ફાતિમા નામની એક છોકરી હતી. તેના માતા પિતા જંગલમાં રહેતાં હતાં અને ફાતિમા તેમની એકની એક પુત્રી હતી. કમભાગ્યે તેનાં માતા પિતા ટૂંક સમયના અંતરે મૃત્યુ પામ્યાં. હવે જંગલમાં રહીને તેણે પોતાનું રક્ષણ અને પોષણ કરવાનું હતું. તેના માતા પિતા એક વિલક્ષણ કોતરણી વાળી ફ્રેમ જેવું ઘરેણું તેને માટે મુકતા ગયાં હતા. આ ફ્રેમ તેમની ઝૂંપડીની એક દીવાલ પર લટકાવેલી હતી. ફાતિમાએ વિચાર કર્યો કે હવે પોતે એકલી છે અને આ જંગલમાં તેને એકલીએ જ જીવવાનું છે. તેને ત્યાં જંગલમાં રહેતા પ્રાણીઓ, પંખીઓ અને જળચરો સિવાય કોઈનો સંગાથ મળવાનો નહીં. તેને માટે ઉત્તમ એ હતું કે તે પ્રાણીઓ જળચરો અને પંખીઓ સાથે વાતો કરી શકે અને તેમની વાણી પણ સમજી શકે.

પોતાની આ અભિલાષા પૂર્ણ કરવા તે દિવસનો ઘણો સમય દીવાલ પર લટકાવેલી ફ્રેમ સાથે વાત કરવામાં ગાળતી. તે ફ્રેમને કહેતી: "તું મને એવી શક્તિ આપ જેથી હું જળચર પશુ - પંખીઓની વાત સમજી શકું અને તેમની સાથે વાતો કરી શકું."

આવો વાર્તાલાપ કરતાં ઘણા મહિના વીતી ગયા. એક દિવસ એકાએક તેને એવો ભાવ થયો કે તે હવે પ્રાણીઓ, પંખીઓ અને માછલી સાથે વાત કરી શકશે. એટલે પોતાનામાં આવો ભાવ ઉઠ્યો છે એ તેની સચ્ચાઈની ચકાસણી કરવા તે જંગલમાં ગઈ. ત્યાં તેણે એક નાનું તળાવ અથવા તળાવડી જોઈ તે ત્યાં ઊભી રહી તો તેણે જળ ઉપર ઉડતી એક માખી જોઈ, પણ તે પાણીમાં પ્રવેશ કરવાને બદલે જળની સપાટી પર જ ચક્કર કાપતી હતી. તળાવડીના જળમાં કેટલીક માછલીઓ તરતી હતી અને પાણીના તળિયે કેટલીક ગોકળગાયો હતી.

તેમની સાથે વાતો કરવાના ઈરાદાથી ફાતિમા બોલી: "માખી, તું પાણીમાં શા માટે દાખલ થતી નથી?"

"માનીલો કે હું પાણીમાં પ્રવેશી શકું તેમ છું, તેમ છતાં મારે તેમાં શા માટે પ્રવેશ કરવો જોઈએ ?" માખીએ કહ્યું.

"તું જળમાં હોઈશ તો પંખીઓથી સલામત રહીશ. આમ બહાર ઊડ્યા કરીશ તો તેઓ તારા પર તરાપ મારી તને ખાઈ જશે." ફાતિમાએ પોતાનું ડહાપણ બતાવ્યું.

"હજી સુધી તો કોઈ પંખીએ મારા પર તરાપ મારી નથી. તું મને ઉડતી જોઈ શકે છે ને?" માખી બોલી ઊઠી.

બંને વચ્ચેના વાર્તાલાપનો ત્યાં અંત આવ્યો.

પછી ફાતિમાએ માછલીને સંબોધીને કહ્યું: "માછલી, તું જળમાં રહેલી છે. તું જળમાંથી ધીમે ધીમે કેમ બહાર નીકળવું તેની યુક્તિ કેમ નથી વિચારતી? મેં સાંભળ્યું છે કે કેટલીક માછલીઓ આવું કરી શકે છે."

"આ વાત તદ્દન અશક્ય છે." માછલીઓએ કહ્યું: "આવું કોઈએ કર્યું નથી અને કરનાર કદી બચે નહીં. અમારો ઉછેર જ એવી રીતે કરવામાં આવ્યો છે કે આમ કરવું એ પાપ છે અને તેમાં મૃત્યુનો ભય છે." એટલું કહી તેણે પીઠ ફેરવી અને ફાતિમાની દ્રષ્ટિએ ન પડે તેવા સ્થાનમાં જતી રહી. ફાતિમાની મૂર્ખામી ભરી વાત સાંભળવાની તેની તૈયારી નહોતી.

માખીએ અને માછલીએ દાદ ન આપી એટલે ફાતિમાએ ગોકળગાય સાથે વાત કરવાનો પ્રયત્ન કર્યો. તેણે કહ્યું: "ગોકળગાય, તું ભાંખોડીયે ચાલીને પાણીની બહાર નીકળે તો તને સરસ જડીબુટ્ટીઓ ખાવાની મળે. મેં સાંભળ્યું છે કે ગોકળગાયો ચોક્કસ આ પ્રમાણે કરી શકે."

"કોઈ પણ પ્રશ્નનો ઉત્તમ રીતે જવાબ આપવો હોય તો શાણી ગોકળગાય સામે પ્રશ્ન કરીને જ આપે છે." ગોકળગાયે કહ્યું: "તને મારી સુખાકારીમાં આટલો બધો રસ કેમ છે તેનું ચોક્કસ કારણ કહેવા તું મારા પર મહેરબાની કરીશ? લોકોએ તો ખરેખર પોતાની જ સુખાકારીનો વિચાર કરવો જોઈએ."

"તારી વાત ઠીક છે," ફાતિમાએ કહ્યું: "હું એમ માનું છું કે વ્યક્તિ જ્યારે બીજાની બાબતમાં વિશેષપણે જોઈ શકે છે ત્યારે બીજી વ્યક્તિ વધુ ઊંચાઈ પ્રાપ્ત કરે તેમાં સહાયરૂપ થવા ઇચ્છે છે."

"તારા વિચારો મને અજાણ્યા કે વિચિત્ર લાગે છે." ગોકળગાયે કહ્યું અને તે એક ખડક નીચે

એટલી દૂર ચાલી ગઈ, જેથી ફાતિમાની વાત તે સાંભળી શકે નહીં.

ફાતિમાએ માખી, માછલી અને ગોકળગાયને પડતાં મૂક્યાં અને જંગલમાં આમ તેમ ફરવા લાગી, જેથી તે અન્ય કોઈ સાથે વાત કરી શકે. પોતે કોઈને ચોક્કસ ઉપયોગી થઈ પડશે એવું તેને દ્રઢપણે લાગતું હતું. જંગલમાં વસતાં તમામ પ્રાણીઓ અને પંખીઓ કરતાં તેની પાસે વધુ જ્ઞાન હતું એમ તે માનતી હતી. તેને પંખીનો વિચાર આવ્યો. પંખી ઇચ્છે તો શિયાળા માટે ખોરાકનો સંગ્રહ કરી શકે. પંખીને આ બાબતની જાણ હોતી નથી. તેને આ બાબતમાં સાવધાન કરી શકાય. તેને આમ પણ કહી શકાય કે શિયાળની ઠંડી ઋતુમાં તેણે ગમે ત્યાં માળો ન બાંધતાં કુટીરની બાજુમાં માળો બાંધવો જોઈએ, જેથી તેને જરૂરી એવી ઉષ્ણતા મળે અને ખોટી રીતે મરી ન જાય; પણ આવી વાત કરવા માટે તેને પંખી દેખાયું નહીં.

ત્યાં તેની નજર લાકડાના કોલસા બનાવનાર માણસની કુટીર પર પડી. તે વૃદ્ધ ઉંમરનો હતો. તે કુટીરના બારણા પાસે બેસી કોલસા પાડી રહ્યો હતો, જેથી તેને બજારમાં વેચવા માટે લઈ જઈ શકાય.

જંગલમાં બીજા મનુષ્યને જોઈ ફાતિમા રાજી થઈ ગઈ. અત્યાર સુધી તેણે તેના માતા પિતા સિવાય કોઈ પણ મનુષ્યને જંગલમાં જોયો નહોતો. એટલે તે દોડીને તે વૃદ્ધજન પાસે પહોંચી ગઈ અને દિવસ દરમિયાન જે અનુભવો થયા હતા તેની વૃદ્ધજનને વાત કરી.

આ ભલા વૃદ્ધ સજ્જને ફાતિમાને કહ્યું: "તારે તેની ચિંતા કરવા જેવી નથી. મનુષ્યે તેના જીવન દરમિયાન કેટલીક બાબતો શીખવી જોઈએ, કારણ કે આ બાબતો તેના ભવિષ્ય માટે અતિશય મહત્વની છે."

ફાતિમા વૃદ્ધજનની વાત સાંભળી સ્તબ્ધ થઈ ગઈ. તે તરત બોલી ઊઠી: "તમે કાંઈ શીખવાની વાત કરો છો? કૃપા કરી મને કહો કે મારે શીખીને શું કરવું છે? આવી બાબતો બહુ બહુ તો કદાચ મારી જીવનશૈલીને અને વિચારને બદલી શકે." આટલું કહી તે પણ માખી, માછલી અને ગોકળગાયની જેમ ત્યાંથી ચાલી ગઈ, જેથી કોલસા પાડનાર વૃદ્ધજનનો સંપર્ક ન રહે.

ફાતિમાએ પછી માખી, માછલી અને ગોકળગાયની જેમ કશું જ શીખ્યા વિના એ જંગલમાં વધારાના ત્રીસ વર્ષ ગાળ્યાં !

11

મહાન સંકલ્પ

બાજીરાવ પેશ્વાના પુનામાં આવેલા રાજમહેલના ઉદ્યાનની વાત છે. એ ઉદ્યાનમાં અંબાડી મુકેલો હાથી હતો. ઉદ્યાનમાં ફરતી એક તેજસ્વી, સ્વરૂપવાન નાની કન્યાએ કહ્યું: "મારે પણ હાથી પર સવારી કરવી છે."

કન્યાના પિતા મારો પંતે તેને સમજાવતા કહ્યું: "ના, બેટી, તારાથી હાથી પર સવારી કરાય નહીં."

"બાબા, હું શા માટે હાથી પર ન બેસી શકું ?" જીદ કરતી હોય તેમ તેણે પૂછ્યું.

"આ હાથીઓ રાજકુમારો સવારી કરે તે માટે રાખેલા છે." પિતાએ ખુલાસો કર્યો.

"ઓહ, એમ છે?" નાનકડી છોકરીએ કહ્યું. તેના મોં પર થોડી ઝાંખપ આવી ગઈ. તે ખૂબ મનોહર, હોશિયાર અને ચાલાક હતી એટલે સૌને વહાલી હતી. પેશ્વાના ખૂબ આગ્રહને માન આપીને મોરો પંત રાજમહેલમાં રહેવા માટે આવ્યા હતા, એટલે આ કન્યા પણ રાજમહેલમાં જ રહેતી હતી.

રાજ મહેલમાં રહેતા સૌ કોઈ તેને લગભગ રાજકુમારીની જેમ જ રાખતા હતા. નાનાસાહેબ અને અન્ય રાજકુમારોની જેમ જ આ કન્યાને રાજકુમારીને યોગ્ય એવું શિક્ષણ આપવામાં આવતું હતું. તેમ છતાં તેણે અંબાડી ઉપર બેસવા કહ્યું ત્યારે તેને ના પાડવામાં આવી.

"ના, હું એમ કરીશ જ... હું અંબાડી પર બેસવાની જ !" તેણે તીવ્ર અવાજે બૂમ પાડી. તેનો અવાજ સાંભળીને સ્વયં બાજીરાવ પેશ્વા ત્યાં દોડી આવ્યા. તેમને ખ્યાલ આવી ગયો કે છોકરીએ અંબાડી પર બેસવાની જીદ કરી છે. એટલે તેમણે કહ્યું: "વહાલી દીકરી! તું આટલી અકળાય છે શા માટે? તારે હાથી પર બેસવું છે ને? તું ચોક્કસ બેસજે."

રાજકુમાર તેને ચીડવતો હતો અને પોતાની સાથે અંબાડી પર નહીં બેસવા દે એમ કહેતો હતો.

"બેટા, તેના પર બેસવાનું તારા નસીબમાં નથી...!" પિતા મોરો પંતે કહ્યું.

"કોણ કહે છે? હું એક હાથીને બદલે 11 હાથીઓ પર સવારી કરીશ..." તે બોલી ઊઠી. તેના મુખ પર સંકલ્પનું તેજ છવાઈ ગયું.

તે ઝાંસીના રાજવીને પરણી ત્યારે તે પ્રમાણે તેણે કરી બતાવ્યું. આ કન્યા એટલે બીજી કોઈ નહીં પણ ઝાંસીની રાણી લક્ષ્મીબાઈ!

12
પાણિનિ કિશોર હતો

તેમના પિતાને એક પ્રખર જ્યોતિષી મળવા આવેલો. પાણિનિ આસપાસમાં જ રમતાં હતા. એટલે પિતાએ સ્વાભાવિક ક્રમમાં જ જ્યોતિષીને કહ્યું: "આ છોકરાની હસ્તરેખા તો જુઓ! તેના ભાગ્યમાં વિદ્યા છે કે નહીં?" જ્યોતિષીએ કિશોરના હાથની રેખાઓ જોવા માંડી. પિતાએ જોયું કે જ્યોતિષીના મુખ પર ઉદાસીનતા છવાઈ ગઈ છે. તેમણે પૂછ્યું: "એમાં હાથમાં એવું શું ખરાબ છે કે તમે આટલા ઉદાસ થઈ ગયા? જે હોય તે ની:સંકોચપણે કહો."

જ્યોતિષીએ ગંભીર સ્વરે કહ્યું: "બીજું બધું તો સારું છે પણ તેની સૂર્ય રેખા એટલી નબળી છે કે આ છોકરો ભણી શકશે નહીં. તેના ભાગ્યમાં વિદ્યા નથી."

વિદ્વાન પિતાનો પુત્ર ભણે નહીં એ તો કાળમાં ખૂબ આકરું ગણાતું. આવું સાંભળી પિતા ઉદાસ થઈ ગયા. પાણિનિએ કુતૂહલથી પ્રેરાઈને વિદ્વાન જ્યોતિષીને પૂછ્યું: "મહારાજ, હાથમાં સૂર્ય રેખા ક્યાં હોય? કેવી રેખા હોય તો માણસ મોટો વિદ્વાન થાય?"

કિશોરના આવા પ્રશ્નથી જ્યોતિષીને આશ્ચર્ય થયું. તેમણે પાણિનિનો હાથ હાથમાં લઈને કહ્યું: "આ સ્થાન પર ચોખ્ખી સીધી લીટી હોય તે ખૂબ ભણી શકે."

કહે છે કે જ્યોતિષીની આ વાત સાંભળી કિશોર પાણિનિ ઊભો થયો. દોડીને રવેશમાં પહોંચી ગયો. દાતરડી હાથમાં લીધી અને તે સ્થાન પર લાંબો ચેકો મૂકી જ્યોતિષી પાસે દોડી ગયો અને કહ્યું: "હવે તો મોટી રેખા થઈ ગઈ ને? હવે તો હું ચોક્કસ ભણવાનો."

આખરે પાણિનિ એક મહાન વ્યાકરણજ્ઞાતા થયા.

13
એક કુંભાર દંપતી

બંને જણા ખૂબ ભક્તિ ભાવવાળા. કુંભાર એટલી નિષ્ઠાથી પાત્રો બનાવે કે જાણે ભગવાનને જ આપવાના હોય! આખો દિવસ ભક્તિ કરતા જાય અને ઉત્તમ કક્ષાના પાત્રો બનાવતા જાય. આંગણે સાધુ સંત આવે તો મન દઈને સેવા કરે, જાણે સ્વયં ભગવાન જ ઘરે પધાર્યા છે એવો ભાવ દર્શાવે. તેમને સંતતિ નહોતી તેનો વસવસો રહેતો. પણ હરિ ઈચ્છ બળવાન સમજી મન વાળી લેતા. એમાં એક દિવસ નારદજી આવી ચડ્યા. દંપતીએ તેમની ખૂબ જ ભાવપૂર્વક સેવા કરી. નારદજીને આટલું નિષ્ઠાવાન જોડુ ક્યારેય મળ્યું નહોતું. દંપતીને સંતાન નથી એવી તેમને જાણ થઈ એટલે ખૂબ દુઃખ થયું. તેમને થયું: "ભગવાનને ત્યાં ખરેખર અંધેર છે." તેઓ થોડા દિવસ ભક્ત દંપતીને ત્યાં રોકાયા. જતી વેળા "ભગવાન તમારું ભલું કરશે." એવા આશીર્વાદ આપતા ગયા. તેઓ સીધા ભગવાન વિષ્ણુ પાસે ગયા અને કુંભાર દંપતિની વાત કરી. ભગવાને કહ્યું કે "તેમના ગત જન્મના કમી એવા છે કે તેમને સંતાન થશે નહીં. કર્મના અટળ નિયમોમાં હું કાંઈ કરી શકું નહીં." નારદ ઉદાસ થઈ ચાલ્યા ગયા.

દરમ્યાન કુંભાર દંપતિ જ્યાં રહેતાં હતાં ત્યાં એક ફાટેલા તૂટેલા વસ્ત્ર પહેરેલો એક સાધુ આવી પહોંચ્યો. તેણે કુંભારને કહ્યું: "માતાજી, તમે આ સાધુને જેટલા રોટલા આપશો તેટલા પુત્રો થશે." કુંભારણે સાધુને જળપાન કરાવી આસન આપ્યું ને કહ્યું: "મહારાજ, સાધુને રોટલો ખવડાવવો અમારો ધર્મ છે, તમે થોડીવાર બેસો. હું ગરમ-ગરમ રોટલા કરી આપું." સાધુ ઓસરીમાં બેઠા. કુંભારે રસોડામાં જઈને કહ્યું: "તું રોટલા ખવડાવાય તેટલા ખવડાવ. પણ સંતાનની અપેક્ષાથી નહીં. જે ભગવાન ન કરી શકે, નારદજી ન કરી શકે, તે કોઈ ન કરી શકે. રોટલાને બદલે સંતાન આપનારો કોઈ સાધુ આપણે હજી જોયો નથી. વરસોથી આપણે ત્યાં સાધુ સંતો જમે જ છે ને?"

કુંભારણ કાંઈ બોલી નહીં. તેણે ઝડપથી ત્રણ રોટલા ઘડી કાઢ્યા અને ખૂબ ઘી ચોપડી સાધુ પાસે મૂકી પગે લાગી. પછી વાટકો ભરીને દહીં મૂક્યું. સાધુએ ખૂબ પ્રેમપૂર્વક ખાધું. ભોજન

કર્યા પછી કહે: "માતા, આ સાધુનું વચન છે કે તને ત્રણ પુત્રો થશે. વધુ રોટલા આપ્યા હોત તો વધુ સંતાનો થાત. મારી વાણી ખોટી નહીં ઠરે."

સમય જતા કુંભારના આંગણામાં ત્રણ છોકરા રમતા થયા. એક દિવસ નારદજી ત્યાંથી નીકળ્યા. ત્રણ છોકરાને આનંદ કિલ્લોલ કરતા જોઈ તેમને આશ્ચર્ય થયું. સાધુ સંતોની કૃપાથી આ સંતાનો પ્રાપ્ત થયા છે એવી કુંભાર દંપતિએ સ્પષ્ટતા કરી. નારદજીને થયું કે જે ભગવાન વિષ્ણુ ન કરી શકે તે કરવા કોણ સમર્થ થયું? તેઓ વિષ્ણુ પાસે પહોંચી ગયા અને કુંભાર દંપતિને ત્યાં ત્રણ પુત્રો છે તે બાબતે વાત કરી. ભગવાને કહ્યું: "મારું મસ્તક એટલું દુખે છે કે મારાથી સહન થતું નથી. હું પારાવાર બેચેન છું. પ્રથમ તેનો ઉપાય કરીએ. પછી તમારી મૂંઝવણનો ઉકેલ કરીશું." નારદને ભગવાન અતિ પ્રિય હતા. તેમણે કહ્યું: "આજ્ઞા કરો. તમારું માથું દુખે એ જ નવાઈની વાત છે. શું કરીએ તો માથું ઉતરશે?" ભગવાને કહ્યું : "આવા જલદ દુખાવાનો એક જ ઉપાય છે: મારો કોઈ ભક્ત તેનું મસ્તક અર્પણ કરે તો જ આ દુખાવો શાંત પડે તેવો છે. હવે મસ્તક આપવાનું કહેવું કોને?"

નારદ : "ભગવાન આવું કેમ બોલો છો? પૃથ્વી પર તમારા અસંખ્ય ભક્તો છે. એક શું, અનેક ભક્તો તમારે ખાતર તેમનું મસ્તક આપી દેશે. કોના મસ્તકનો સ્વીકાર કરવો તે જ મૂંઝવણ બની રહેશે." આશ્ચર્ય એ છે કે નારદને પોતાનું મસ્તક યાદ ન આવ્યું!

નારદની વાત સાંભળી માથાનો સખત દુખાવો હતો છતાં ભગવાને સ્મિત કર્યું. પછી કહે: "ઠીક છે. મારે એક જ મસ્તકની જરૂર છે." નારદજી મસ્તકની શોધમાં નીકળ્યા. અસંખ્ય ભક્તોને પૂછી વળ્યા. પણ સૌએ કોઈને કોઈ બહાનું બતાવ્યું. નારદનો ભ્રમ ભાંગી ગયો. થાકીને તેઓ પાછા ફરતા હતા ત્યારે રસ્તામાં મેલા ઘેલા અને તૂટેલાં કપડાં પહેરેલો એક સાધુ મળી ગયો. તેણે નારદજીને પ્રણામ કર્યા અને કહ્યું: "આપ ભગવાન પાસે જ જતાં હશો. તેમને મારા પ્રણામ પહોંચાડજો."

નારદ: "તેમને અત્યારે પ્રણામની જરૂર નથી. તેમને માથાનો જોરદાર દુખાવો છે. તેમને ભક્તનું મસ્તક જોઈએ છે. તે મળે તો જ તેમનો દુખાવો જાય, કોઈ ભક્ત તૈયાર નથી. હું ખાલી હાથે પાછો જાઉં છું."

ભક્ત: "તમે આવું કેમ કહો છો? આ રહ્યું મારું મસ્તક. મસ્તક જ શા માટે? ભગવાન માટે સમગ્ર શરીર હોમી દેવા તૈયાર છું. ચાલો, હું સાથે આવવા તૈયાર છું."

બંને ભગવાન વિષ્ણુ પાસે પહોંચી ગયા. ભક્તે કહ્યું: "ભગવાન, આ શરીર જ તમારું છે. મારી પાસે સાધન નહોતું એટલે રસ્તામાં મસ્ત કાપી ન શક્યો. લક્ષ્મીજીને કહો કે છરી આપે." છરી હાથમાં આવી કે ભક્ત મસ્તક કાપવા તૈયાર થઈ ગયો.
ભગવાને તેનો હાથ પકડી લીધો ને કહ્યું: "માથું દુખતું મટી ગયું છે."

14

આખરી સત્તા

એક રાજવીએ નગરીમાં આવેલ દરવેશને બોલાવીને કહ્યું: "મન્વન્તરોના ઉષ: કાલથી જ્ઞાનીઓની અખંડપણે પરંપરા ચાલી આવી છે. તેમણે માનવજાતને જ્ઞાનનો મહામૂલ્યવાન વારસો આપ્યો છે અને કેટલાક મનુષ્યોના જીવનમાં જ્ઞાનની જ્યોત પ્રગટાવી છે. તેમણે જે મૂલ્યો સ્થાપિત કર્યા છે તેનું મારા આધિપત્ય નીચે આવેલા રાજ્યમાં નિસ્તેજ પ્રતિબિંબ પડે છે એમ હું માનું છું. તમને શું લાગે છે?"

દરવેશે કહ્યું: "હું તમારી વાત સાથે સંમત થાઉં છું."

રાજવી ત્યાંથી અટક્યો નહીં. તેમણે કહ્યું: "અગાઉ થઈ ગયેલા મહાન દાર્શનિકોએ જે પરમ સત્યો ઉચ્ચાર્યા છે તે જાણીને મારે મારી જાતને ઉજાગર કરવી છે; મારે એ સત્યોને સમજવા છે. તમારી પાસે ઉચ્ચ પ્રકારનું જ્ઞાન છે. તમે એ જ્ઞાન મને આપી શકો. તમે આટલું કરશો?"

દરવેશે પૂછ્યું: "તમે મને આજ્ઞા કરો છો કે વિનંતી?"

રાજવીએ કહ્યું: "તમે જે રીતે સમજો તે. મારે જ્ઞાન પ્રાપ્ત કરવું છે. તે આજ્ઞા કરવાથી મળતું હોય તો તેમ અને વિનંતી કરવાથી તમે આપતા હો તો તેમ." આટલું કહી દવેશ શું કહે છે તેની તે રાહ જોવા લાગ્યો.

કેટલોય સમય પસાર થઈ ગયો. દરવેશે ઊંડા ધ્યાનમાંથી બહાર આવતો હોય તેમ મસ્તક ઊંચું કર્યું અને કહ્યું: "તમારે જ્ઞાનના સંચરણની ક્ષણ માટે રાહ જોવી જોઈએ."

રાજવી ગૂંચવાડામાં પડી ગયો. તેને જ્ઞાન પ્રાપ્ત કરવું હતું. તે માટે તેની તૈયારી હતી. પોતાને જ્ઞાન પ્રાપ્ત કરવાનો અધિકાર છે એમ તેને લાગતું હતું. દરવેશે આ બાબતમાં કંઈક કહેવું જોઈએ એવું તે ઇચ્છતો હતો.

દરવેશ કશું પણ કર્યા વિના તે દિવસે રાજદરબાર છોડીને ચાલ્યો ગયો. પછી તો દિવસ બાદ દિવસ પસાર થવા લાગ્યા. દરવેશ દરરોજ રાજ દરબારમાં હાજરી આપતો; રાજ્યના રોજબરોજના કાર્યો હાથ ધરતા; રાજ્યમાં આનંદ પ્રવર્તતો અને ક્યારેક કસોટીઓ પણ આવતી. રાજ્યના સલાહકારો પોતાનું મંતવ્ય રાજવી સમક્ષ રજૂ કરતા. આમ કાળનું ચક્ર ચાલ્યા કરતું.

રાજવીને દરવેશનું વર્તન સમજાતું નહીં. દરવેશ નિત્ય કચેરીમાં હાજરી આપતો. રાજવીની દ્રષ્ટિ તેના સાંધેલા વસ્ત્રો પર પડતી. દરવેશ પણ રાજવીને જોતો; પણ રાજાએ જ્ઞાન પ્રાપ્તિ માટે જે વાત કરેલી તેનો ઉલ્લેખ દરવેશ તરફથી થતો નહીં, એ સાચું કે દરવેશ કચેરીમાં થતી ચર્ચામાં ભાગ લેતો. તે વાતો કરતો અને હસતો પણ ખરો. તે કોઈ સંકેતની રાહ જોતો હશે? રાજવીએ ઘણી મથામણ કરી પણ આ રહસ્યનો તે તાગ લઈ શક્યો નહીં.

એમાં એક દિવસ રાજ દરબારમાં કાંઈક વાર્તાલાપ ચાલી રહ્યો હતો ત્યારે કોઈકે કહ્યું: "સાહિલનો દાઉદ જગતનો સર્વશ્રેષ્ઠ ગવૈયો છે."

આ સાંભળી રાજવીએ આજ્ઞા કરી: "તેને અહીં લઈ આવો."

રાજ્યના કારભારીને ગવૈયાને રહેઠાણે મોકલવામાં આવ્યો, પણ ગવૈયાઓના સમ્રાટ દાઉદે કારભારીને કહ્યું: "તમારા રાજવીને ગાયનની જરૂરિયાતોનું ઓછું જ્ઞાન છે. તેમને માત્ર મારી મુખાકૃતિ જોવી હોય તો દરબારમાં આવવાની મારી તૈયારી છે, પણ તેઓ મારું ગીત સાંભળવા ઇચ્છતા હોય તો અન્ય મનુષ્યોની જેમ તેમને પણ રાહ જોવી પડશે. ગાવા માટે મારી મન:સ્થિતિ અનુકૂળ હોવી જોઈએ. મારે ક્યારે ગાવું અને ક્યારે ન ગાવું તે માટેનું મારું વિશિષ્ટ ચૈતસિક બંધારણ છે."

રાજાને ગવૈયાનો સંદેશો મળ્યો ત્યારે તે ક્રોધે ભરાયો, છતાં ગવૈયાને સાંભળવાની તેની ઇચ્છા હતી જ. એટલે તે બોલી ઉઠ્યો: "આ દરબારમાં એવી કોઈ વ્યક્તિ છે જે આ ગવૈયાને મારે માટે ગાવાની ફરજ પાડી શકે? તેને મન થાય ત્યારે જ તે ગાય તે કેમ ચાલે? મારે તેનું ગાન સાંભળવું છે."

રાજાની વાત સાંભળી દરવેશ થોડાં ડગલાં આગળ આવ્યો અને કહ્યું: "યુગ સમ્રાટ, આ ગવૈયાની મુલાકાત લેવા તમે મારી સાથે આવો."

દરબારીઓ એકબીજાને કોણીઓ મારવા લાગ્યા. કેટલાકને એમ લાગ્યું કે દરવેશ ઊંડી રમત રમી રહ્યો છે અને ગવૈયો ગાશે તે બાબતમાં દરવેશ જુગાર ખેલી રહ્યો છે. એમાં તેને

સફળતા મળશે તો રાજવી તેને સરપાવ આપશે; પણ તેઓ જાહેરમાં કાંઈ બોલ્યા નહીં.

એક પણ શબ્દ ઉચ્ચાર્યા વિના રાજવી ઊભો થઈ ગયો અને તદ્દન સામાન્ય વસ્ત્રો લઈ આવવા આજ્ઞા કરી. તેણે તદ્દન સાધારણ વસ્ત્રો પહેરી લીધા. અને દરવેશની પાછળ પાછળ ચાલવા લાગ્યો. થોડીવારમાં તેઓ ગવૈયાના ઘરે પહોંચી ગયા. તેમણે ગવૈયાને દરવાજે ટકોરા માર્યા એટલે તે અંદરથી જ બોલ્યો: "હું આજે ગાવાનો નથી. માટે જે હોય તે ચાલ્યા જાઓ. મને શાંતિથી રહેવા દો."

આ સાંભળીને દરવેશ ભોંય પર બેસી ગયો અને ગાવા લાગ્યો. તેણે દાઉદને પ્રિય એવું ગીત ગાવાનું શરૂ કરી દીધું અને પૂરેપૂરું ગીત ગાયું.

રાજવી મોટો કલામર્મજ્ઞ હતો. તે ગીત સાંભળીને ખૂબ જ દ્રવી ઉઠ્યો. દરવેશના અવાજમાં જે માધુર્ય હતું તેના પ્રત્યે તેનું ધ્યાન ગયું. રાજવીને ખ્યાલ ન આવ્યો કે દરવેશે જે ગીત ગાયું તેમાં ઈરાદાપૂર્વક થોડો ફેરફાર કર્યો છે, જેથી દાઉદના મનમાં તેને સુધારવાની ઇચ્છા થાય.

"કૃપા કરી, આ ગીત તમે ફરીથી ગાવ," રાજવીએ વિનંતી કરી: "આવી મધુર સ્વરરચના મેં ક્યારેય સાંભળી નથી."

એ જ ક્ષણે દાઉદે ગાવાનું શરૂ કર્યું. હજી પ્રથમ સૂર ઊઠ્યો અને દરવેશ તેમજ રાજવી બંને સ્તબ્ધ થઈ ગયા. દાઉદના કંઠમાંથી જે અસ્ખલિતપણે દોષરહિત ગાન નીકળી રહ્યું હતું તેના પ્રત્યે બંનેનું ધ્યાન ખેંચાયું.

ગીત પૂરું થયું એટલે રાજવીએ દાઉદને વિપુલ ભેટો મોકલી. રાજવીએ દરવેશને સંબોધીને કહ્યું: "હે જ્ઞાની પુરુષ! તે ગીત સમ્રાટને ગાતા કરવા માટે જે ચતુરાઈ વાપરી તેની હું પ્રશંસા કરું છું. મારી ઇચ્છા તને કચેરીના સલાહકાર બનાવવાની છે."

દરવેશે ખચકાટ વિના કહ્યું: "સત્તાધીશ, જો ગાનાર હોય તો તમે તમારી ઇચ્છા મુજબનું ગીત સાંભળી શકો; વળી તે વખતે તમે હાજર હોવા જોઈએ અને ગીત ગવાય તે માટેની કોઈક ભૂમિકા રચી આપવી જોઈએ. રાજવી અને ગવૈયા વચ્ચે અનુસંધાન જરૂરી છે, તેમ દરવેશ અને તેના શિષ્ય વચ્ચે પણ અનુસંધાન આવશ્યક છે. તેને માટે પાત્રતા કેળવવી પડે છે, સમયને પાકવા દેવો પડે છે. ઉતાવળે આંબા પાકતા નથી, તેમ, જ્ઞાન પ્રાપ્તિ રાતોરાત થઈ જતી નથી. મનુષ્યની ઈચ્છ અનુસાર જગત ચાલતું નથી. અહીં પરમાત્માની જ સત્તા અંતિમ છે તેનો સત્તાધીશે પણ સ્વીકાર કરવો જોઈએ."

15

નમ્રતા

એક રાજકુમાર અતિશય સ્વરૂપવાન હતો. સૌંદર્યની સાક્ષાત મૂર્તિ હોય એવા આ રાજકુમારે પોતાની પ્રશંસા એટલી બધી સાંભળેલી કે પોતાના જેવું બીજું કોઈ રૂપાળું નથી એમ તે માનવા લાગેલો.

એક દિવસ આ રાજકુમાર મૃગયા ખેલવા જંગલમાં ગયેલો. જંગલમાં ઘૂમી રહ્યો હતો ત્યારે તેની દ્રષ્ટિ એક સંન્યાસી પર ગઈ. તેણે જોયું કે સંન્યાસી ભોંય પર બેસીને કશુંક કરી રહ્યો છે. તેણે અશ્વને તે તરફ વાળ્યો. છેક સમીપ જઈને જોયું તો સંન્યાસી એક મડદાના મસ્તકને ઉથલાવી ઉથલાવીને જોઈ રહ્યો હતો. રાજકુમારને આશ્ચર્ય થયું: "મડદાના મસ્તકને આમતેમ હલાવવાનો શું અર્થ? સંન્યાસી શા માટે આમ કરી રહ્યો હશે?" તે અશ્વ પરથી નીચે ઉતર્યો અને સંન્યાસીને પૂછ્યું: "મહારાજ, મસ્તકને તમે શું કરી રહ્યા છો?"

સંન્યાસીએ યુવાન સામે નીરખીને જોયું. તેમને ખ્યાલ આવી ગયો કે આ ખૂબસૂરત યુવાન રાજકુમાર લાગે છે. એક તો ફાટફાટ યુવાની અને વધારામાં ઉભરાતું સૌંદર્ય. સંન્યાસીએ તેના પર સ્થિર દ્રષ્ટિ કરીને કહ્યું: "આ માથું કોઈ રાજવીનું છે કે કોઈ સામાન્ય મનુષ્યનું, કોઈ રૂપાળા માણસનું છે કે કદરૂપા માણસનું તે જાણવા ખાતર આ મડદાનું માથું આમતેમ ફેરવી રહ્યો છું; પણ હજી નક્કી કરી શક્યો નથી."

સંન્યાસીની વાત સાંભળી રાજકુમાર વિચારમાં પડી ગયો. એક દિવસ પોતાની આવી સ્થિતિ તો નહીં થાય ને, એવો પ્રશ્ન ઉઠતા તે ગમગીન બની ગયો. સામે મૃતદેહ પડેલો જોઈ તેને શરીરની ક્ષણ ભંગુરતાનું સ્પષ્ટ દર્શન થઈ ગયું. પ્રચંડ ગરમીમાં હિમ ઓગળવા માંડે તેમ તેનું અભિમાન પીગળવા લાગ્યું. તેણે સંન્યાસીને પ્રણામ કરીને કહ્યું: "આપ સંન્યાસી છો. આ મૃત માણસ રાજા હોય કે રંક, રંગ, સુંદર હોય કે બેડોળ, આપને કોઈ ફેર પડતો નથી, છતાં શરીર પ્રત્યે સહેજ પણ મોહ ન થાય તેવી સભાનતા ટકાવી રાખવા આ ક્રિયા કરી રહ્યા છો; જ્યારે હું તો મારી રૂપાળી કાયાના મોહમાં બરાબર પકડાઈ ગયો છું. દેહનું

સૌંદર્ય સમય પૂરતું જ છે, પછી આ શરીરની કેવી ગતિ થશે તે હું જાણતો નથી, પણ તમારી સમક્ષ પડેલા મૃતદેહની સ્થિતિ હું જોઈ શકું છું. આ દ્રશ્ય જોઈને મારા અહંકારના ચૂરે ચૂરાં થઈ જાય છે."

** ** ** ** ** ** ** **

એક દિવસ મૌલાના જલાલુદ્દીન રૂમી બજારમાંથી પસાર થઈ રહ્યા હતા. સાંજનો સમય હતો. રસ્તા પર ઘણા બધા મનુષ્યોની અવર-જવર ચાલુ હતી. નગરમાં ભાગ્યે જ થોડા મનુષ્યો એવા હશે, જે આ મહાન વિદ્વાન અને પ્રભુ પરાયણ માણસને ઓળખતા નહીં હોય. એટલે રસ્તામાં ઘણા માણસો તેમને સલામ કરતા અને કેટલાક તો એમના હાથને ચૂમતા.

એક છોકરાને ખબર પડી કે સંત રૂમી રસ્તા પરથી પસાર થઈ રહ્યા છે; પણ એ છોકરો એવા કામમાં રોકાયેલો હતો કે હાથ પર લીધેલું કાર્ય તત્કાલ મૂકીને તે સંતને સ્પર્શ કરી શકે તેમ નહોતો. એટલે તેણે જોરથી બૂમ પાડીને કહ્યું: " મૌલાના! આપ ઝડપથી પસાર ન થઈ જતા. મારે પણ તમારા હાથને ચૂમવો છે. કૃપા કરી આપ થોડી ક્ષણો ઊભા રહેજો."

એવું નોંધાયું છે કે જ્યાં સુધી એ છોકરો તેમની પાસે ન પહોંચ્યો ત્યાં સુધી તેઓ એક સ્થાન પર જ ઊભા રહ્યા.

16
કોનો મહિમા કરવો

મહાભારતના અનુશાસન પર્વના પ્રથમ અધ્યાયમાં ગૌતમી નામની એક વૃદ્ધ સ્ત્રીનો પુત્ર સર્પદંશથી મૃત્યુ પામ્યો.

અર્જુનક નામનો પારધી વૃદ્ધ સ્ત્રીના પુત્રને મારનાર સર્પને પકડી લાવે છે અને ગૌતમીને કહે છે: "હે મહાભાગા! આ દુષ્ટ સર્પએ તમારા પુત્રને મારી નાખ્યો છે. આ સર્પનો કેવી રીતે વધ કરું તે તું મને કહે. આ દુષ્ટ સર્પને લાંબા સમય સુધી જીવતો રાખવો બરાબર નથી."

ગૌતમી: "હે પારધી! સર્પને મારી નાખવાથી મારો મરેલો પુત્ર જીવતો થવાનો નથી, એટલે તું આ સર્પને છોડી મૂક."

પારધી: "હે મહાભાગા! સમ ગુણવાળા પુરુષો કાળગતિનું પ્રાધાન્ય કહે છે, ઉપાયને કહી જાણનારા અર્થવેત્તા પુરુષો શત્રુનો વધ કરી શોકનો ત્યાગ કરે છે, માટે આ શત્રુરૂપ સર્પનો વધ કરી, તું તારો પુત્ર શોક શાંત કર."

ગૌતમી: "હે પારધી! અમારા જેવા સત્વગુણી મનુષ્યોને પુત્રના મૃત્યુથી દુઃખ થતું નથી. મારો પુત્ર કાયમ માટે મૃત્યુ પામ્યો છે. એટલે તું કોમળતા ધારણ કર અને ક્ષમા આપી આ સર્પને છોડી મૂક."

પારધી: "હે ગૌતમી! ઈન્દ્રએ વત્રાશૂરનો વધ કરીને જ શ્રેષ્ઠતા મેળવી હતી; ભગવાન શંકરે દક્ષ યજ્ઞનો નાશ કરીને જ યજ્ઞ ભાગ પ્રાપ્ત કર્યો હતો; તું દેવોના વર્તનનું અનુકરણ કર અને આ દુષ્ટ સર્પનો વધ કરવા મને આજ્ઞા આપ."

પારધીએ અવારનવાર કહ્યું છતાં ગૌતમીએ સર્પનો વધ કરવાની ના પાડી. ત્યાં સર્પ પોતે જ કહેવા લાગ્યો: "હે પારધી! આ બાળક મૃત્યુ પામ્યો તેમાં મારો કાંઈ દોષ નથી. હું પરાધીન છું. મૃત્યુએ મને પ્રેરણા કરી એટલે મારે પરવશ થઈ આ કામ કરવું પડ્યું. જેમ

યજ્ઞમાં હવિષનો હોમ કરનાર ઋત્વિજો યજ્ઞના ફળને પ્રાપ્ત થતા નથી, તેમ આ બાળકને કરડવાથી હું પાપને પ્રાપ્ત થતો નથી."

મૃત્યુ પર આરોપ આવ્યો એટલે તે ત્યાં પહોંચી જઈ કહેવા લાગ્યું: "હે પારધી! મને કાળે પ્રેરણા કરી અને મેં સર્પને પ્રેરણા કરી. આ બાળકને મારી નાખવામાં સર્પ જવાબદાર નથી અથવા કારણરૂપ નથી, તેમ હું પણ નથી. હું કાળને વશ રહું છું. આ જગતમાં જે પ્રવૃત્તિઓ, નિવૃત્તિઓ તથા વિકૃતિઓ થઈ રહી છે, તે સર્વ કાળની જ ગતિ છે, એટલે આ જગત કલાત્મક કહેવાય છે. સૂર્ય, ચંદ્ર, વાયુ, ઇન્દ્ર, અગ્નિ, આકાશ, પૃથ્વી, મિત્ર, મેઘ, વસુઓ, અદિતિ, નદીઓ, સાગરો, સ્થિતિ તથા લય એ સર્વને કાળ જ વારંવાર ઉત્પન્ન કરે છે અને કાળ જ નાશ પમાડે છે. મનુષ્ય જે કાંઈ ચેષ્ટા કરે છે તે કાળની પ્રેરણાથી જ કરે છે. આ સમસ્ત જગત કાળને જ અનુસરનારું છે કાળને વશ રહેનારા આ સર્પને તેમજ મને આ છોકરાના મૃત્યુ માટે કારણભૂત માનવા બરાબર નથી."

સર્પ અને મૃત્યુને બદલે પુત્રને મારી નાખવાની જવાબદારી કાળ ઉપર આવી એટલે સ્વયં કાળ ગૌતમી અને પારધી પાસે પહોંચી ગયો અને કહેવા લાગ્યો: "આ બાળક મૃત્યુ પામ્યો તે માટે સર્પ, મૃત્યુ કે હું કારણભૂત નથી, કારણ કે પ્રાણીના મૃત્યુ માટે અમે કદાપિ પ્રયોજન થતા નથી. આ બાળકનું કર્મ જ અમને પ્રેરણા કરતું હતું, એટલે આ છોકરાનું કર્મ જ એના નાશના કારણરૂપ છે. કર્મ જ સ્વભાવ, વાસના, સંસ્કાર, પ્રારબ્ધ કે પુરુષાર્થ પરિણામ પામી મૃત્યુ કે મોક્ષના કારણરૂપ થાય છે. પૂર્વ જન્મનું કર્મ સ્વભાવ (પ્રારબ્ધ) કહેવાય છે. આ જન્મનું કર્મ પુરુષાર્થ કહેવાય છે."

ગૌતમી: "હે પારધી! સર્પ, ચોર, અગ્નિ, વીજળી, ક્ષુધા, તૃષા વગેરેથી પ્રાણી મૃત્યુ પામે છે, તેમાં પ્રાણીનું પ્રારબ્ધકર્મ જ કારણરૂપ છે. મારા પુત્રના નાશ માટે સર્પ, મૃત્યુ કે કાળ નહીં પરંતુ એનું કર્મ જ કારણરૂપ છે, માટે આ સર્પને તું છોડી મૂક."

ભીષ્મ કહે છે: તે પછી મૃત્યુ, કાળ અને સર્પ જેમ આવ્યા હતા તેમ ચાલ્યા ગયા. પારધી અર્જુનકનો શોક પણ દૂર થયો અને ગૌતમીનો શોક પણ દૂર થયો.

17
બુદ્ધિ પર ભરોસો !

છાપખાનાની શોધ થઈ નહોતી તે પહેલાં સ્પેનના રાજા અલફાન્સોના ભત્રીજા રાજકુમાર મેન્યુએલે ત્રણ ધુતારાની વાર્તા લખેલી. આ રાજકુમારનું ઈ.સ. 1347માં અવસાન થયેલું. હેન્સ એન્ડરસને "રાજાના નવા વસ્ત્રો" શીર્ષક હેઠળ રાજકુમાર મેન્યુએલે લખેલી વાર્તા.

ત્રણ ધુતારાઓ રાજા પાસે આવ્યા અને કહ્યું કે, તેઓ વણકરો છે અને તેઓ એવા વિલક્ષણ વસ્ત્રનું ઉત્પાદન કરી શકે છે કે જે પિતાનો કાયદેસરનો પુત્ર હોય તે જ આ વસ્ત્રને જોઈ શકે; બીજા કોઈને આ વસ્ત્ર દેખાય નહીં. પોતાને નિશ્ચિત માતા-પિતાથી જન્મેલ માનતો હોય તો પણ આ વસ્ત્ર ન જોઈ શકે તો સમજવું કે તેની માન્યતા ખોટી છે.

ત્રણેય વણકરોની વાત સાંભળી રાજા ખૂબ રાજી થયો. તેને થયું કે જે મનુષ્યો પોતાને પિતાના સાચા પુત્રો ગણાવે છે તેમને ઓળખી કાઢવામાં અને જે લોકો પિતાનો વારસો મેળવવા પોકળ દાવો કરે છે તેવા કહેવાતા પુત્રોને જુદા તારવી કાઢવામાં આ વસ્ત્ર ખૂબ ઉપયોગી થશે. એટલે તેણે રાજ્યના કારભારીને બોલાવીને કહ્યું: "આ ત્રણેય વણકરોને વસ્ત્ર બનાવવા માટે એક અલાયદો મહેલ કાઢી આપો."

પોતે તદ્દન સાચા અથવા અસલ અને નિષ્ઠાવાન વણકરો છે તેની રાજાને ખાતરી કરાવવા તેમણે રાજાને કહ્યું: "જ્યાં સુધી વસ્ત્ર તૈયાર ન થાય ત્યાં સુધી તમારે અમને એક મકાનમાં પૂરી રાખવા." તેમની આ વાતથી રાજાને સંતોષ થયો."

રાજા તરફથી મોટા પ્રમાણમાં સોનુ, ચાંદી, રેશમ અને વસ્ત્ર ઉત્પાદન માટેની અન્ય જરૂરી વસ્તુઓ પૂરી પાડવામાં આવી. વણકરોએ તેમની સાળો રાજ્યમહેલમાં ગોઠવી દીધી અને વસ્ત્ર તૈયાર કરવા માટે તેઓ આખો દિવસ કાર્ય કરે છે એવો દેખાવ કર્યો.

કેટલાક દિવસો વીતી ગયા પછી એક વણકર રાજા પાસે ગયો અને કહ્યું: "વસ્ત્રનું વણાટ

કામ શરૂ થઈ ગયું છે." પછી તેણે વસ્ત્ર વિશે રાજાને અનેક પ્રકારની વાત કહી અને જ્યાં વસ્ત્ર બની રહ્યું છે તે મહેલની મુલાકાત લેવાનું કહ્યું, પણ સાથે સાથે મુલાકાત લેતી વેળા પોતે એકલા જ આવે તેવી વિનંતી કરી.

રાજા અતિ પ્રસન્ન થયો; પણ તેણે વિચાર્યું કે આ જાદુઈ વસ્ત્ર વિશે મારે અન્ય વ્યક્તિનો અભિપ્રાય લેવો જોઈએ. એટલે તેણે તેના મુખ્ય વજીરને બોલાવીને વસ્ત્રની તપાસ કરવા કહ્યું. વજીરે મહેલની મુલાકાત લીધી, પણ તેને ત્યાં કાંઈ જ દેખાયું નહીં; પણ આવું કબુલ કરવાની તેની હિંમત નહોતી. તે વણકરો સમક્ષ એમ ન કહી શક્યો કે આ અદ્ભુત વસ્ત્ર પોતે જોઈ શકતો નથી. તે રાજા પાસે પાછો ફર્યો અને કહ્યું કે તેણે ખરેખર વસ્ત્રને જોયું છે.

રાજાએ બીજી વ્યક્તિને મોકલી તો તેણે પણ એવો જ અહેવાલ આપ્યો. પછી રાજાએ પોતે જ મહેલમાં જવાનું નક્કી કર્યું.

રાજાએ મહેલમાં પ્રવેશ કર્યો ત્યારે ત્રણેય વણકરો ત્યાં હતા. ત્રણેયે રાજા સમક્ષ વસ્ત્રનું વિગતવાર વર્ણન કર્યું; વસ્ત્ર કેવી રીતે બને છે તેની પદ્ધતિની વાત કરી. રાજાને ત્યાં કશું જ દેખાયું નહીં, કારણ કે ત્યાં વસ્ત્ર હતું જ નહીં. રાજા આથી ખૂબ અસ્વસ્થ થઈ ગયો. તેને ભય લાગ્યો કે પોતે પિતાનો કાયદેસરનો પુત્ર નહીં હોય કે શું? પિતા રાજા હોય અને પોતે પિતાનું ઔરસ સંતાન ન હોય તો મોટી ગરબડ થઈ જશે; તેણે વિચાર્યું: "જો હું આ વસ્ત્ર ન જોઈ શકું તો મારે મારું રાજ્ય ગુમાવવું પડશે, કારણ કે રાજ્ય સાચા વારસદારને જ મળે છે." એટલે તે વસ્ત્રના વખાણ કરવા લાગ્યો. ધુતારાએ વસ્ત્રનું જે રીતે વર્ણન કર્યું હતું તેનું તેણે પુનરાવર્તન કર્યું.

રાજા પોતાને મહેલ પાછો ફર્યો; પછી પણ તેણે જોયેલું વસ્ત્ર સારું છે એમ તે કહ્યા કરતો, છતાં તેને મનોમન તો શંકા જતી જ હતી કે વસ્ત્ર બાબત કાંઈક ગોટાળો છે. થોડા દિવસો વીત્યા પછી તેણે રાજ્યના ન્યાયાધીશને વસ્ત્રની તપાસ કરવાનું કહ્યું. ન્યાયાધીશની સ્થિતિ પણ રાજા જેવી જ થઈ. વણકરોએ તેની સમક્ષ વસ્ત્રનું વિગતવાર વર્ણન કર્યું. પણ ન્યાયાધીશને કોઈપણ પ્રકારનું વસ્ત્ર દેખાયું નહીં. એટલે વ્યથિત ન્યાયધીશે સ્વભાવિક રીતે જ ધારી લીધું કે પોતે પિતાનું સાચું સંતાન નહીં હોય અને તે જ કારણે તેને વસ્ત્ર દ્રશ્યમાન થતું નથી. તેને ભય લાગ્યો કે રાજાને આ તથ્યની જાણ થશે તો તેનો મહત્વનો હોદ્દો જતો રહેશે; એટલે તેણે, રાજાએ અને વજીરે અસ્તિત્વ ન ધરાવતા વસ્ત્રના જેટલા વખાણ કર્યા હતા તેના કરતાંય વિશેષ પણે વખાણ કર્યા.

તે રાજા પાસે પાછો ફર્યો અને કહ્યું કે તેણે ખરેખર વસ્ત્રને જોયું છે અને આ જગતમાં તે સૌથી વિલક્ષણ વસ્ત્ર છે. આ સાંભળી રાજાને ખૂબ જ દુઃખ થયું. તેને થયું કે પોતે ખરેખર તેના પિતાનું ઔરસ સંતાન નહીં હોય, ન્યાયધીશે અદ્ભુત વસ્ત્રના હર્ષાવેશમાં આવીને કરેલા વર્ણન સાથે તે તત્કાલ સંમત થઈ ગયો અને તેણે પણ વસ્ત્ર બનાવનાર આ અતિ કુશળ

વણકરોની બેફામ પ્રશંસા કરી.

રાજા વસ્ત્ર નિરીક્ષણ માટે વ્યક્તિઓને મોકલતો રહ્યો અને સૌએ અન્યની જેમ તેની પ્રશંસા જ કરી. આ પરિસ્થિતિ વસ્ત્ર તૈયાર ન થયું ત્યાં સુધી ચાલુ રહી. વણકરોએ રાજાને કહેડાવ્યું કે વસ્ત્ર સંપૂર્ણપણે તૈયાર થઈ ગયું છે. રાજાએ આજ્ઞા કરી કે એક ભવ્ય ભોજન સમારંભનું આયોજન કરવું અને તેમાં ઉપસ્થિત રહેનારાઓએ આ ચમત્કારિક વસ્ત્ર ધારણ કરવું. વણકરો વસ્ત્રના કેટલાક તાકાઓ લઈને રાજા સમક્ષ હાજર થઈ ગયા અને રાજાને પૂછ્યું કે સમારંભમાં કેટલા તાકાઓની જરૂર પડશે રાજાએ સૂચના આપી તે અનુસાર તાકા તૈયાર કરવામાં આવ્યા.

ભોજન સમારંભનો દિવસ આવ્યો એટલે વણકરોએ વસ્ત્રનો જથ્થો તો હાજર કર્યો જ, પણ રાજા માટે એક જાદુઈ ઝભ્ભો તૈયાર કરીને લાવ્યા. રાજાએ એ ઝભ્ભો સમારંભ સમયે પહેરવાનો હતો. રાજાએ વસ્ત્ર જોઈ શકતો નહોતો, પણ તેવું કહેવાની તેનામાં હિંમત નહોતી.

ધુતારાઓએ રાજાને નવું વસ્ત્ર પહેરાવતા હોય તેવો ઢોંગ કર્યો. આ અદ્રશ્ય વસ્ત્ર પહેર્યા પછી રાજાએ અશ્વ પર સવારી કરી અને તે શોભાયાત્રામાં જોડાયો. નસીબયોગે ઉનાળાનો દિવસ હતો! રાજાને આ રીતે જોઈને લોકો આશ્ચર્યચકિત થઈ ગયા; પણ ત્યાં તો બધે વાત ફેલાવા માંડી કે જે મનુષ્યો તેમના પિતાના કાયદેસરના સંતાનો નહીં હોય તેમને આ વસ્ત્ર દેખાશે નહીં. એટલે લોકોએ તેમના દુ:ખની અને તેમને જે આશ્ચર્ય થયું હતું તેની કોઈને વાત ન કરી.

નગરની સડક પર એકત્રિત થયેલા મનુષ્યોમાં એક શ્યામ રંગનો મનુષ્ય હતો. તે ટોળામાં જુદો તરી આવતો હતો. તે તરત રાજા પાસે પહોંચી ગયો અને કહેવા લાગ્યો: "મહારાજા, હું કોનો પુત્ર છું તેમાં મને રસ નથી. એટલે હું તમને કહી શકું કે તમે તદ્દન નગ્ન અવસ્થામાં અશ્વ પર બેઠેલા છો!"

તેની વાત સાંભળીને રાજાને તત્કાલ જબરો આઘાત લાગ્યો અને તે બોલ્યો પણ ખરો કે તે અનૌરસ પુત્ર હોવો જોઈએ, એટલે તેને વસ્ત્ર દેખાતું નથી. એક માણસે મૌન તોડ્યું અને ભયમુક્ત થયો એટલે અન્ય મનુષ્યોને પણ લાગ્યું કે તેની વાત સાચી છે. પછી તો સૌ એ વાત કહેવા લાગ્યા. ત્યારબાદ તો રાજા અને કચેરીના મોટા મોટા અમલદારોને પણ ખાતરી થઈ ગઈ કે વણકરોએ ચાલાકી વાપરી તેમને છેતર્યા છે.

રાજાએ આ ધુતારા વણકરોની તપાસ કરવા કહ્યું તે દરમિયાન અદ્રશ્ય વસ્ત્ર બનાવવા માટે રાજાએ તેમને જે સોનુ, રૂપુ, રેશમ ઈત્યાદી સામગ્રી આપી હતી તે લઈને તેઓ નાસી ગયા હતા.

18
સ્વર્ગ અને નરક

એક દિવસ એક સૈનિક હેકુઇન નામના ધર્મગુરુ પાસે પહોંચી ગયો અને વંદન કરીને સદ્‍ગુરુને પ્રશ્ન કર્યો : "સ્વર્ગ અને નરક જેવું ખરેખર કાંઈ છે?"

"તું કોણ છે ?" હેકુઇને પૂછ્યું.

"હું સેમુરાઈ છું." સૈનિકે જવાબ આપ્યો.

"તું સૈનિક છો." હેકુઇને આશ્ચર્ય વ્યક્ત કર્યું, અને કહ્યું: "તારા જેવો સૈનિક રાખનાર રાજા કેવો ગણાય? તારી મુખાકૃતિ તો ભિખારી જેવી લાગે છે."

હેકુઇનના અપમાનજનક શબ્દો સાંભળી સૈનિક એટલો બધો ક્રોધે ભરાયો કે તે મ્યાનમાંથી તલવાર કાઢવા માંડ્યો.

હેકુઇને બોલવાનું ચાલુ રાખ્યું: "ઓહ! તારી પાસે તલવાર છે એમ! તારી તલવાર મારું મસ્તક ઉડાડી શકે તેટલી કદાચ ધારદાર નહીં હોય!"

સૈનિકે મ્યાનમાંથી જેવી તલવાર ખેંચી કે તરત હેકુઇને કહ્યું: "જો, નરકના દરવાજા ખુલી રહ્યા છે!"

ગુરુના આવા શાંત શબ્દો સાંભળી સૈનિકે તલવાર મ્યાન કરી મસ્તક નમાવ્યું.

"જો, સ્વર્ગનો દરવાજો ખુલી રહ્યો છે." હેકુઇને કહ્યું.

19
હજરત અલી

એક દ્વન્દ્વ યુદ્ધમાં તેમણે તેમના કટ્ટર શત્રુને પરાજિત કરેલો અને શત્રુ જેવો ભોંય પર પડ્યો કે, તેઓ તેની છાતી પર ચઢી બેઠેલો અને તલવારથી તેનું મસ્તક ઉડાડી દેવાની તૈયારીમાં હતા; બરાબર આવી કટોકટીની પળે શત્રુ તેમના મોં પર થૂંક્યો. તેમની જગ્યાએ બીજો કોઈ હોત તો તરત જ તલવારનો ઘા કર્યો હોત. આવું અપમાન કોણ સહન કરે ? તેમાંય શત્રુને ખતમ કરવાની આવી ઉત્તમ તક કોણ જતી કરે? પણ હજરત અલી નોખી માટીના બનેલા હતા. શત્રુ તેમના મોં પર થૂંક્યો કે તરત તેમણે ઉગામેલી તલવાર દૂર ફેંકી દીધી અને શત્રુની છાતી પરથી ઊઠી ગયા. શત્રુને હજરત અલીનું આ કૃત્ય ન સમજાયું અને આસપાસ એકત્રિત થયેલા માણસો પણ આશ્ચર્ય ચકિત થઈ ગયા!

હજરત અલી એકદમ સ્વસ્થ હતા. તેમણે કહ્યું: "મારી લડાઈ ધર્મને નામે છે. હું અલ્લાહને નામે લડી રહ્યો છું. મારી કીર્તિ વધારવા માટેની આ લડાઈ નથી. શત્રુ મારા મોં પર થૂંક્યો ત્યારે મારો ક્રોધ પ્રજવલિત થઈ ઉઠ્યો હતો. ઇસ્લામમાં ક્રોધને વર્જ્ય ગણ્યો છે. મારાથી ગુસ્સામાં આવીને કોઈ કાર્ય થઈ શકે નહીં.

20
ભાગ્યનો ખેલ

એક ખૂબ લાંબા અને થકાવટ ઊભી કરે એવા પ્રવાસમાં ત્રણ મુસાફરો મિત્રો બની ગયા. તેમની પાસે જે કાંઈ સાધન હતાં તે ત્રણેયે એકત્રિત કરી સુખ દુઃખનો સાથે ભોગવટો કર્યો.

ઘણાં દિવસો પ્રવાસમાં વીતી ગયા પછી ત્રણેયને ભાન થયું કે હવે તેમની પાસે પાઉંરોટીનો એક જ ટુકડો બચ્યો છે અને બાટલીમાં પીવા માટે થોડુંક જ પાણી રહ્યું છે. ત્રણેય ખૂબ ભૂખ્યા થયા હતા. પાઉંરોટીનો એક જ ટુકડો કોને ખાવા માટે મળે તે ઝઘડાનો વિષય હતો. ત્રણેય વચ્ચે ઘણો વાદવિવાદ થયો પણ કોઈ નિર્ણય લેવાયો નહીં. ત્રણેયે નક્કી કર્યું કે રોટીના અને પાણીના ત્રણ ભાગ પાડવા; પણ તેમાંય વાદવિવાદ થયો. ત્યાં ત્રાજવાં હાજર નહોતાં કે બધું જોખીને થાય.

તેમાં રાત્રી પડી ગઈ. એક મુસાફરે એવું સૂચન કર્યું કે હવે ઊંઘી જવું જોઈએ. પછી સવારમાં ઊઠીએ ત્યારે જેને સૌથી અસાધારણ સ્વપ્નનું આવ્યું હોય તે રોટી અને જળની વહેંચણીનો ઉકેલ સૂચવે.

બીજા દિવસનું પ્રભાત થયું એટલે ત્રણેય ઊઠી ગયા. પ્રથમ મુસાફરે કહ્યું: "મારા સ્વપ્નની વાત કરું. મને સપનામાં એવા સ્થાનોમાં લઈ જવામાં આવ્યો, જેમનું વર્ણન થઈ શકે નહીં. એ સ્થળો ખરેખર અદ્ભુત અને શાંત હતાં. ત્યાં મને એક ડાહ્યા મનુષ્યનો ભેટો થઈ ગયો. તેણે મને કહ્યું: "તું અન્નપ્રાપ્તિની લાયકાત ધરાવે છે. તારું ભૂતકાળનું અને ભવિષ્યકાળનું જીવન પ્રશંસા પાત્ર છે."

બીજા મુસાફરે કહે: "મને ખરેખર નવાઈ લાગે છે! મને સ્વપ્નમાં મારો ભૂતકાળ અને ભવિષ્યકાળ સ્પષ્ટપણે દેખાયો. હું મારું ભવિષ્ય જોઈ રહ્યો હતો ત્યારે મને પૂર્ણ જ્ઞાનીનાં દર્શન થયાં. તેમણે મને કહ્યું: "તારા મિત્રો કરતાં તું પાઉંરોટી ખાવા માટે વિશેષ લાયકાત ધરાવે છે. તું તેમના કરતાં વધુ વિદ્વાન અને ધીરજવાન છે. તને સારી રીતે કેળવણી

મળવી જોઈએ, કારણ કે તું મનુષ્યોની આગેવાની લેવા માટે સર્જાયો છે."

હવે ત્રીજા મુસાફરનો વારો આવ્યો. તેણે કહ્યું: "મને સપનામાં કશું જ જોવામાં ન આવ્યું; મેં કાંઈ સાંભળ્યું નહીં કે કોઈને કાંઈ કહ્યું નહીં. મને અંદરથી એવો ધક્કો લાગ્યો કે હું પથારીમાંથી બેઠો થઈ ગયો. મારા હાથમાં પાઉંરોટી અને જળ આવી ગયા. મેં તત્કાલ પાઉંરોટી ખાઈ લીધી અને બાટલીમાંનું પાણી પી ગયો."

ત્રણ મુસાફરોમાંથી બે સપનામાં ફાંફાં મારતા રહ્યા. કારણ કે તેમના ભાગ્યમાં પાઉંરોટી અને પાણી નહોતા; જ્યારે ત્રીજો ઊંઘમાંથી બેઠો થઈ ગયો. અન્ય બે મુસાફરો સ્વપ્નજગતમાં ખોવાઈ ગયા હતા, એટલે વાદવિવાદનો પ્રશ્ન નહોતો. તેણે ચૂપચાપ ખાધું પીધું અને પ્રશ્ન ઉકેલી નાખ્યો.

<h1 style="text-align:center">21</h1>

<h1 style="text-align:center">પાઉંરોટી</h1>

સૂફી સંતો નસીબની બલિહારી વિશે સાદી પાઉંરોટી અને અંદર હીરા ભરેલી પાઉંરોટીની પણ વાત કરે છે.

એક રાજવી પાસે ઘણી સંપત્તિ હતી. તેને થયું કે તેમાંથી થોડી સંપત્તિનું દાન કરવું જોઈએ. સાથે સાથે તે સંપત્તિ ખરેખર કોના હાથમાં જાય છે તે તેને જોવું હતું. તેણે વિશ્વાસ મૂકી શકાય તેવા ભઠિયારાને બોલાવ્યો અને કહ્યું કે, તારે બે પાઉંરોટી બનાવવાની છે. તેમાં પ્રથમ પાઉંરોટી બનાવે તેમાં અમુક સંખ્યામાં હીરા મૂકી દેવાના છે અને બીજી પાઉંરોટીમાં માત્ર લોટ અને પાણી સિવાય બીજી કોઈ ચીજનો ઉપયોગ કરવાનો નથી.

તેણે ભઠિયારાને આજ્ઞા કરી કે આ બે પાઉંરોટલીની વહેંચણી તારે એવી રીતે કરવાની છે કે તેને લેનારો એક માણસ સૌથી વધુ ધાર્મિક હોય અને બીજો માણસ ઓછામાં ઓછો ધાર્મિક હોય આ કામ તારે ખૂબ જ કાળજીપૂર્વક કરવાનું છે.

બીજા દિવસે બે માણસો ભઠિયારખાને આવ્યા. તેમાંના એકનો પોશાક દરવેશ જેવો હતો અને સૌથી વધુ ધાર્મિક હોય તેવો તે દેખાતો હતો; વાસ્તવમાં તે ઢોંગી માણસ હતો. બીજો માણસ કાંઈ બોલ્યો નહીં, પણ પોતાને જે માણસ બિલકુલ ગમતો નહોતો તેના જેવી જ મુખાકૃતિ ધરાવતા માણસની યાદ તેણે ભઠિયારાને તાજી કરાવી.

ભઠિયારાએ માની લીધું કે દરવેશ જેવો લાગતો માણસ સૌથી વધુ ધાર્મિક હોવો જોઈએ અને અણગમો બતાવનાર માણસ ઓછામાં ઓછો ધાર્મિક હોવો જોઈએ. એટલે ભઠિયારાએ હીરાઓ નાખેલી પાઉંરોટી દરવેશ જેવા લાગતા માણસને આપી અને સામાન્ય પાઉંરોટી બીજા માણસને આપી.

વેશધારી દરવેશના હાથમાં પાઉંરોટી આવી એટલે તેને લાગ્યું કે તે વજનદાર છે. તેણે

પાઉંરોટી દબાવી તો અંદર લોટના ગાંઠા પડી ગયા હોય એમ કઠણ લાગી. તેણે વિચાર્યું કે આ પાઉંરોટીના લોટને સરખી રીતે કુણવ્યો નથી. તેણે અગાઉ પણ પાઉંરોટી હાથમાં રાખેલી ત્યારે તેનું વજન તેને ખાસ લાગેલું નહીં, જ્યારે અત્યારે તેના હાથમાં રહેલી પાઉંરોટી તેને વધારે પડતી વજનદાર લાગી, તેણે ભઠિયારા સામે જોયું એટલે તેને ખ્યાલ આવી ગયો કે તેની સાથે ભાંજગડમાં પડવા જેવું નથી એટલે તેણે બાજુમાં જે ઊભેલા માણસને કહ્યું: "લાવ, આપણે પાઉંરોટીની અદલા બદલી કરીએ. તું ખરેખર ભૂખ્યો લાગે છે અને મારી પાસેની પાઉંરોટી તારા કરતાં મોટી છે."

બીજો માણસ તો જે કાંઈ મળે તે સ્વીકારવા તૈયાર હતો. એટલે તેણે રાજી ખુશીથી પાઉંરોટીની બદલી લીધી.

રાજવી ભઠિયારખાનાના બારણાની તિરાડમાંથી આ ઘટના જોઈ રહ્યો હતો. તેને પાઉંરોટીના વિનિમયથી આશ્ચર્ય થયું. જોકે તિરાડ દ્વારા જોવાથી કયો માણસ વિશેષ કે ઓછો ધાર્મિક છે તેનો ખ્યાલ રાજવીને ન આવ્યો.

વાસ્તવમાં ઢોંગી અથવા વેશધારી દરવેશને સામાન્ય પાઉંરોટી મળી હતી. આ પ્રસંગ પરથી રાજવીએ એવું નક્કી કર્યું કે દરવેશ જેવા લાગતા માણસના હાથમાં મૂલ્યવાન હીરાઓ ન જાય તેમાં નસીબે મોટો ભાગ ભજવ્યો છે. જે ખરેખર સારો અથવા નિખાલસ માણસ હતો તેના હાથમાં જ હીરા આવ્યા એટલે તે તેનો સારી રીતે ઉપયોગ કરશે. રાજાએ ભઠિયારા સામે જોયું તો ભઠિયારો કહે: "તમે મને આજ્ઞા કરી હતી તે પ્રમાણે મેં કર્યું, બરાબર ને?"

રાજાએ પ્રત્યુત્તરમાં કહ્યું: "તું ભાગ્ય સાથે ચેડા કરી શકે નહીં."

ઢોંગી દરવેશ વિચારતો હતો: "હું કેવો ચતુર નીકળ્યો!"

દરવેશ એવા ભ્રમમાં હતો કે ખરાબ રીતે બનેલી પાઉંરોટી તેણે બીજાને પધરાવી દીધી અને પોતાના હાથમાં સારી પાઉંરોટી આવી ગઈ!

22

વિનાશકાળે...

મહાત્મા આનંદ સ્વામી તેમના પ્રવચનોમાં કહેતા, ચરકસંહિતા આયુર્વેદ શાસ્ત્રનો મહાનગ્રંથ છે. તેની રચના મહર્ષિ પુનર્વસુએ કરી છે. કહે છે કે આ અદ્વિતીય ગ્રંથની રચના કર્યા પછી તેઓ ઘોર અરણ્યમાની એક કેડી પર જઈ રહ્યા હતા. તેમની સાથે તેમનો શિષ્ય અગ્નિવેશ હતો. મહાત્મા સ્વામી આનંદ નોંધે છે કે મહર્ષિ પુનર્વસુ ચાલતા ચાલતા એકદમ ઊભા રહી ગયા. તેમણે દૂર દૂર અને ચારે બાજુ દ્રષ્ટી કરી. પછી લાંબો શ્વાસ લઈને બોલ્યા: "મહાનાશ આવવાનો છે."

અગ્નિવેશે કહ્યું: "ગુરુદેવ, કેવા મહાનાશની આપ વાત કરી રહ્યા છો?"

પુનર્વસુએ પ્રત્યુત્તરમાં જણાવ્યું: "હું જોઉં છું કે પાણી બગડી રહ્યું છે, પૃથ્વી બગડી રહી છે વાયુ, આકાશ, સૂર્ય અને ચંદ્ર બગડી રહ્યા છે. અરે, અનાજ તેની શક્તિ ત્યજી દેશે. ઔષધીઓ તેમનો પ્રભાવ છોડી દેશે. પૃથ્વી પર તૂટી રહેલા તારા ખરશે. વિનાશ કરનાર વાવાઝોડું ફૂંકાશે. ધરતીકંપો થશે. મોટા મોટા બોમ્બ પડશે. મહાનાશનું મહાતાંડવ ખેલાશે. મનુષ્ય બચશે નહીં. અગ્નિવેશે આ ભયાનક ભવિષ્યવાણી સાંભળી એટલે તેણે હાથ જોડીને કહ્યું: "ગુરુદેવ! તમે આવી ભયભીત કરનારી ભવિષ્યવાણી કેમ કથી રહ્યા છો? બધા જ રોગોનો પ્રતિકાર કરી શકે એવા ગ્રંથની તમે રચના કરી છે. તેમાં દુનિયાના પ્રત્યેક રોગનો ઈલાજ લખેલો છે. તો પણ આવો વિનાશ આવવાનો?" મહર્ષિ પુનર્વસુએ કહ્યું: "હા, આવો વિનાશ એટલા માટે આવશે કે લોકો ધર્મ ત્યજી અધર્મ ભણી પ્રયાણ કરશે, સત્યને છોડી અસત્ય તરફ વળશે. લોકોને સત્ય અને ધર્મમાં રુચિ નહીં રહે."

અગ્નિવેશે પૂછ્યું: "ગુરુદેવ! મનુષ્યની ધર્મ અને સત્ય પ્રત્યે રુચિ નહીં રહે તેનું કારણ શું?"

ગુરુદેવ બોલ્યા: "બુદ્ધિનું બગડવું જ આ મહાનાશનું કારણ બનશે. બુદ્ધિ સત્યનો રાહ છોડી અસત્યભણી આગળ વધે છે ત્યારે બુદ્ધિ બગડે છે અને ધર્મમાં રુચી રહેતી નથી."

23

રઝળપાટ

એક અંધારી રાતે બે વ્યક્તિઓ એકાંત રસ્તા પર ભેગી થઈ ગઈ.

"હું આસપાસમાં આવેલી એક દુકાન શોધી રહ્યો છું; તે દીવાની દુકાન તરીકે ઓળખાય છે." પ્રથમ વ્યક્તિએ કહ્યું.

"હું આસપાસમાં જ રહું છું; હું તને માર્ગદર્શન આપી શકું." બીજી વ્યક્તએ કહ્યું.

"મને લાગે છે કે હું મારી મેળે શોધી શકીશ. મને તે માટે માર્ગદર્શન મળેલું છે. મેં તેને શોધી લીધું છે." પ્રથમ વ્યક્તિએ કહ્યું.

"તો પછી તું મને તે અંગે શા માટે વાત કરે છે?"

"વાત કરવા ખાતર."

"તો તારે સંગાથ જોઈએ છે, માર્ગદર્શન નહીં, બરાબર?"

"હા, તું કહે છે તેમ જ છે."

"પણ, અહીં સુધી પહોંચ્યા પછી તું સ્થાનિક રહેવાસી પાસેથી વધુ માર્ગદર્શન મેળવીશ તો તને સહેલું પડશે; તેનું મુખ્ય કારણ એ છે કે અહીંથી ત્યાં પહોંચવું અઘરું છે."

"મને અગાઉ જે માર્ગદર્શન મળ્યું છે તેના પર મને ભરોસો છે. તે માર્ગદર્શનને કારણે હું અહીં સુધી પહોંચી ગયો છું. હું ખાતરીપૂર્વક ન કહી શકું કે હું અન્ય વ્યક્તિ પર કે કોઈ પણ બાબત પર ભરોસો મૂકી શકું."

"વાત એમ છે કે તે મૂળ માહિતી આપનાર પર ભલે એકવાર ભરોસો મૂક્યો, પરંતુ તું કોના પર ભરોસો મૂકી શકે તેની જાણકારી મેળવવાનું તને શીખવાડ્યું નથી એ સાચું છે?"

"હા, એમ જ છે."

"તારો બીજો કોઈ ઉદેશ્ય છે?"

"ના, મારે દીવાની દુકાન શોધવી છે."

"તું શા માટે દીવાની દુકાન શોધી રહ્યો છે, તે હું પૂછી શકું?"

"મને સવૌચ્ચ અધિકારીએ કહ્યું છે કે એ દુકાનમાં એવા સાધનો મળે છે, જેની સહાયથી વ્યક્તિ અંધારામાં વાંચી શકે છે."

"તારી વાત સાચી છે, પણ તેને માટે એક આવશ્યકતા અગાઉ પૂરી કરવી પડે. તે ઉપરાંત એક માહિતી હોવી જરૂરી છે. તેં આ બાબતમાં કાંઈ વિચાર્યું છે કે નહીં, તે હું જાણતો નથી."

"તે આવશ્યકતા અને માહિતી કંઈ છે?"

"તેની આવશ્યકતા એ છે કે દીવાની સહાયથી વાંચવાનું હોય તો તને સૌ પ્રથમ તો વાંચતા આવડવું જોઈએ."

"તું આ બાબત સાબિત નહીં કરી શકે!"

"નિશ્ચિતપણે આવી અંધારી રાતે તો નહીં જ."

"તું માહિતીની વાત કરે છે તે કંઈ?"

"માહિતી એ છે કે દીવાની દુકાન હજી અગાઉ હતી ત્યાંની ત્યાં જ છે, પણ તેમાં જે દીવાઓ હતા તે અન્ય સ્થાને ખસેડી દેવામાં આવ્યા છે."

"દીવો" શું છે તે હું જાણતો નથી; એક બાબત મને સ્પષ્ટપણે સમજાઈ છે કે દીવાની દુકાનમાં મારે જે સાધન જોઈએ છે તે છે. એટલા માટે તો તેને દીવાને દુકાન કહે છે."

"પણ "દીવાની દુકાન" ના પરસ્પર વિરોધી એવા બે અર્થ હોઈ શકે તે આ પ્રમાણે હોય:

એવી જગા જ્યાંથી દીવા મેળવી શકાય; અને એવી જગા જ્યાં એક સમયે દીવા મળતા હતા, પણ અત્યારે તેની પાસે એક પણ દીવો નથી."

"આ તું સાબિત ન કરી શકે!"

"ઘણા માણસોને તું મૂર્ખ જેવો લાગશે."

"પણ એવા ઘણા માણસો છે જે તને "મૂર્ખ" કહેશે તેમ છતાં કદાચ તું મૂર્ખ નથી. તારો કોઈ મિત્ર દીવા વેચતો હોય તેવા કોઈ સ્થાને તું મને મોકલી દેવા ઇચ્છતો હોય એવો તારો અંદરખાનેથી ઈરાદો હોય અથવા કદાચ મને દીવો જ ન મળે એવું તું કદાચ ઇચ્છતો હોય."

"તું ધારે છે તેના કરતાં હું ખરાબ છું. તને દીવાની દુકાન અંગે વચન આપવાને બદલે અને તું તારા પ્રશ્નોનો ત્યાં ઉકેલ લાવી શકીશ એવું તારા વિશે ધારી લેવાને બદલે, સૌ પ્રથમ હું એ શોધી કાઢીશ કે તું ખરેખર વાંચી શકે છે ખરો? હું એ શોધી કાઢીશ કે તું આવી દુકાન સમીપ હતો કે નહીં અથવા અન્ય રીતે તારે માટે દીવો પ્રાપ્ત કરી શકાય કે નહીં."

બંને વ્યક્તિઓ ક્ષણવાર ઉદાસીન ભાવે એકબીજાની સામે જોઈ રહી. પછી બંને પોતપોતાને રસ્તે ચાલી ગઈ.

નોંધ : (શેર-પીર સત્તારીએ રચેલી એક સૂફી કથા.)

24
સાચો ત્યાગ

એક ગામની અંદર એક બ્રાહ્મણ કુટુંબ રહેતું હતું. ઘરમાં ચાર સભ્યો હતા: બ્રાહ્મણ, તેની પત્ની, પુત્ર અને પુત્રવધુ. તેઓ ગરીબીમાં દિવસો ગુજારતા હતા. બ્રાહ્મણ વિદ્યાર્થીઓને ભણાવી અને કથા કીર્તન કરી થોડું ઉપાર્જન કરતો અને તેમાં માંડ - માંડ ગુજરાન ચાલતું. એમાં ઉપરા ઉપરી ત્રણ વર્ષ સુધી દુષ્કાળ પડ્યો. બ્રાહ્મણની સ્થિતિ અતિ કફોડી થઈ ગઈ. ખાવાનું પણ દુર્લભ થઈ ગયું. કેટલાક દિવસો ઘરનાને કોઈને ખાવાનું ન મળ્યું .એમાં એક દિવસ બ્રાહ્મણને ક્યાંકથી થોડો લોટ મળી ગયો. બ્રાહ્મણને થયું કે હવે જીવતાં રહી શકીશું. એક દિવસ નીકળી જશે તો ભાગ્ય ક્ષેત્રે બીજું કાંઈક મળી રહેશે.

બ્રાહ્મણ હોંશે હોંશે ઘરે આવ્યો. ભૂખથી સૌના મોં પરનું નૂર ઊડી ગયું હતું. દીવો ઓલાવવાનો હોય અને કોઈ વાટ પર ત્રણ - ચાર ટીપાં તેલ નાખે અને વાટ સતેજ થાય તેમ જવનો લોટ જોઈ સૌના મુખ પર આશાનું આછું કિરણ ફરી મળ્યું.

લોટ વધુ નહોતો. એમાંથી ચાર ભાગ પાડવાના હતા. ભાગ પાડ્યા પછી હજી જમવાની તૈયારી કરતાં હતાં ત્યાં કોઈકે બારણાંની સાંકળ ખખડાવી. બારણું ઉઘાડ્યું તો એક અતિથિ ઊભો હતો. અતિથિ એટલે દેવ. આંગણે દેવ આવીને ઊભા રહે તો મનુષ્ય તેનો આદર - સત્કાર કરે. તેમાં મનુષ્યની ખાનદાની છે; એમ આંગણે આવેલા અતિથિનું સન્માન થવું જોઈએ એવી આપણે ત્યાં ઉત્તમ પરંપરા છે. બ્રાહ્મણે અતિથિને પ્રેમપૂર્વક આવકાર આપ્યો. એ જમવાને સમયે આવ્યો એટલે એને જમાડવો જોઈએ. એટલે બ્રાહ્મણે પોતાને ભાગે જે ખાવાનું આવ્યું હતું તે તેને આપી દીધું.

અતિથિ સખત ભૂખ્યો હતો. બ્રાહ્મણે આપેલું ખાવાનું તે ઝડપથી આરોગી ગયો. પેટમાં થોડું અન્ન ગયા પછી તેની ભૂખ સતેજ થઈ. એટલે બ્રાહ્મણની સ્ત્રીએ તેનો ભાગ આપી દેવા કહ્યું. આંગણે આવેલો માણસ ભૂખ્યો ન જવો જોઈએ. વળી પતિ એ તો તેનો ભાગ આપી દીધો હતો એટલે તેની સ્ત્રીને થયું કે પતિનો ધર્મ એ મારો પણ ધર્મ છે. તેણે અતિથિને કહ્યું: "આપ

ધણા દિવસથી ભૂખ્યા લાગો છો. અમારી પાસે જવના લોટ સિવાય બીજું કાંઈ નથી, તેનું અમને દુઃખ છે. તમે આટલો આહાર લઈ લો."

અતિથિ ભૂખથી એટલો પીડાતો હતો કે તેને ખવડાવનાર વ્યક્તિઓ પણ ધણા દિવસથી ભૂખી છે એવો ખ્યાલ ન આવ્યો. કહ્યું છે ને ભૂખ જેવી બૂરી બીજી કોઈ ચીજ નથી. અતિથિએ બ્રાહ્મણીએ આપેલો આહાર સત્વરે પતાવી દીધો. પણ હજી કાંઈ ખાધું ન હોય એવા તેના મુખ પર ભાવ હતા. બ્રાહ્મણના છોકરાને થયું: " હું અતિથિ ધર્મ ચુકી જાઉં તે ઉચિત નથી. માતા-પિતા આટલી ઉંમરે ભૂખ્યા રહી શકે તો હું તો યુવાન છું. તેણે અતિથિને વિનંતી કરી કે આપ મારા ભાગનો પણ સ્વીકાર કરો. એક પુત્ર તરીકે પિતાનું કાર્ય પૂર્ણ કરવું એ મારું કર્તવ્ય છે. એટલે હું કાંઈ વિશેષ નથી કરતો." અતિથિ પુત્રનો ભાગ પણ ખાઈ ગયો. હવે પુત્રવધુનો જ ભાગ બાકી રહ્યો હતો. તે શું કામ યજ્ઞકાર્યથી બાકાત રહે? તેણે પણ પોતાનો ભાગ અતિથિને આપી દીધો. અતિથિને પેટમાં શાંતિ થઈ ગઈ એટલે તેણે યજમાન પાસે વિદાય લીધી.

તે રાત્રિએ અતિ કરુણ ઘટના બની ગઈ. ભૂખથી પીડાતા ચારેય મૃત્યુ પામ્યા. ત્યાં રુદન કરવા માટે પણ કોઈ હાજર નહોતું. જમીન પર લોટના કણો આમ-તેમ વેરાયેલા પડ્યા હતા. નોળિયો ત્યાં પહોંચી ગયો અને આળોટ્યો એટલે તેનું અડધું અંગ સોનેરી બની ગયું.

નોળિયાને થયું આ બ્રાહ્મણે જેવો અતિથિ યજ્ઞ કર્યો તેવો બીજો ક્યાંય યજ્ઞ થાય તો મારું બાકીનું અંગ સોનેરી થઈ જાય. તેને ખબર પડી કે યુદ્ધ પત્યા પછી પાંચ પાંડવોએ મોટો યજ્ઞ કર્યો છે અને ગરીબોને ભરપૂર જમાડે છે, એટલું જ નહીં પણ મોટા મોટા દાન આપે છે. તેના સુધી એવી વાત પહોંચી કે આવો યજ્ઞ અત્યાર સુધી પૃથ્વી પર થયો નથી.

નોળિયાને આટલું જ જોઈતું હતું. તે યજ્ઞ ભૂમિ પર પહોંચી ગયો. યજ્ઞ પૂરો થયો ત્યાં સુધી તેણે રાહ જોઈ. જેવો યજ્ઞ પૂર્ણ થયો છે એવી જાહેરાત થઈ કે યજ્ઞ ભૂમિ પર જે વધ્યું - ઘટ્યું અન્ન પડ્યું હતું તેના પર તે આળોટ્યો. તેનું અડધું અંગ ભૂખરું હતું તેને સોનેરી કરવું હતું. પણ આળોટ્યા પછી તેણે જોયું કે બાકીનું અંગ સોનેરી થયું નથી. એટલે તે બોલી ઉઠ્યો: "આ યજ્ઞ ખોટો છે."

સૌ આચાર્યચકિત થઈ ગયા! યજ્ઞમાં આટલાં દાન- પુણ્ય ક્યારેય થયાં નહોતા. ગરીબોને ભરપેટે ધન આપવામાં આવ્યું હતું. જેમની પાસે ખાવા ધાન નહોતું તેમની કોઠીઓ ભરાઈ ગઈ હતી અને આ નોળિયો કહેતો હતો કે આ યજ્ઞ સાચા અર્થમાં યજ્ઞ ન કહેવાય!

લોકોએ પૂછ્યું: "કેમ?" નોળિયાએ પેલા બ્રાહ્મણના અતિથિ યજ્ઞની વાત કરી કહ્યું: "જુઓ, એના લોટના કણો પર આળોટવાથી મારું આટલું અંગ સોનેરી થઈ ગયું. આ યજ્ઞ પેલા યજ્ઞ જેવો સાચો હોય તો મારું બાકીનું અંગ ભુખરું રહે ખરું?"

સૌએ જોયું કે એના શરીરનો અડધો ભાગ સોનેરી હતો. નોળિયો ગમે તેટલું આળોટ્યો હોત તો પણ તેનું શેષ અંગ સોનેરી ન બનત. બ્રાહ્મણ કુટુંબે શરીરને ભોગે પોતાની પાસે જે ખાવાનું હતું તે સહજભાવે અતિથિને આપી દીધું હતું. ચારે માંથી એકેય બચ્ચાં નહોતાં તે હકીકત હતી. પાંડવોએ કરેલા યજ્ઞને બ્રાહ્મણ કુટુંબે કરેલા યજ્ઞ સાથે સરખાવી શકાય? બ્રાહ્મણે લોકોની પ્રશંસા સાંભળવા કે જગતભરમાં તેની વાહ વાહ થાય એટલા માટે અતિથિને પોતાના ભોજનનો ભાગ આપ્યો હતો? ના. તેણે જે યજ્ઞ કર્યો તેની નોંધ માત્ર પરમાત્માએ જ લીધી હતી અને એ નોંધ લેવાઇ છે તેનું પ્રતિક નોળિયાનું અડધું અંગ હતું. આ નોળિયો કદાચ હજી પણ પૃથ્વીના કોઇકને કોઇ ભાગમાં બાકીનું અંગ સોનેરી કરવા આંટા માર્યા કરતો હશે.

25
સાચી કમાણી

એક શેઠ પાસે પુષ્કળ ધન હતું, રહેવા માટે આલિશાન મકાન હતું, સુખ સગવડનાં બધાં સાધનો હતાં અને બહોળો વેપાર હતો. તેમની જરૂરિયાત કરતાં અનેકગણું તેમની પાસે હતું, છતાં તેઓ ઉદાસ રહ્યાં કરતા. તેના મકાનને અડીને જ એક રસ્તો હતો. રસ્તાની સામી બાજુ સાયકલ સમી કરવાવાળાની કેબિન હતી. શેઠ સવારે ફરવા નીકળતા ત્યારે તે માણસ કેબીન ખોલીને ધંધો કરવા બેસી ગયો હોય.

એક દિવસ શેઠને વિચાર આવ્યો કે આ સાયકલવાળો તેનું ગુજરાન કેવી રીતે ચલાવતો હશે. દર મહિનાની અમાસે શેઠ ધંધો બંધ રાખતાં અને કારકુનો પાસે ચઢી ગયેલા હિસાબોનું કામ કરાવતા, તોય કામ પૂરું ન થતું. તે દિવસે અમાસ હતી. શેઠે નક્કી કર્યું કે આજે બીજું કોઈ કામ કરવાને બદલે સાયકલવાળો આખો દિવસ શું કરે છે તે જોવું. તેઓ એક બારી પાસે ખુરશી રાખી બેસી ગયા. વચમાં પંદર ફૂટ પહોળી સડક હતી. સાયકલવાળો એકલો જ હતો. તેને કોઈ નોકર નહોતો. તે પંચરો સાંધતો, કોઈના પેડલો કે ચેઈન રીપેર કરી આપતો, કોઈની સાયકલના પૈંડાના તાર તૂટી ગયા હોય કે સીટ ખરાબ થઈ ગઈ હોય તે સરખી કરી આપતો, પણ દિવસ દરમિયાન સાધારણ ઘરાકી રહેતી. ઘરાક ન હોય ત્યારે તે કોઈ કામ પડ્યું રહ્યું હોય તો કરે, નહીંતર કબીર, તુલસી, રૈદાસ, દાદૂદયાલ, સુંદરદાસ, ધરમદાસ, મીરા, સૂરદાસ એમ જે સંતનું પદ આવે તે ગાય. તે દિવસે શેઠે બારી પાસે બેસીને ઘણાં પદો સાંભળ્યા. તેનો કંઠ ખૂબ મધુર અને ભાવવાહી હતો. તે પદો ગાતો ત્યારે એવી ક્ષણો આવતી કે તેનાં નેત્રોમાંથી અશ્રુધારા થતી, ક્યારેક પારાવાર પ્રસન્નતા છવાઈ જતી અને ક્યારેક તે ઊંડા વિસ્તારમાં ડૂબી જતો. શેઠે તેના ભજનો સાંભળ્યા પછી ગહન શાંતિનો અનુભવ કર્યો. તેમને થયું: "મારી પાસે ઘણી સંપત્તિ અને સુખ સાહેબી છે, પણ આવી શાંતિનો મેં ક્યારેય અનુભવ નથી કર્યો આ માણસે એવા વૈરાગ્ય સભર પદો ગાયાં કે તે મારા અસ્તિત્વને સ્પર્શી ગયાં. આ માણસ પાસે જે આંતર વૈભવ છે તેમાંનું કાંઈ મારી પાસે નથી. તેની ખાસ આવક નથી. બે ટંકના રોટલા થાય એટલું માંડ કમાતો હશે, પણ મારા કરતાં અનેકગણો સુખી હોય તેમ લાગે છે."

શેઠ ખુરશી પરથી ઉભા થઈ ગયા. સાંજ પડવાને થોડીવાર હતી. તેમને થયું: "લાવ, સાયકલવાળાને મળું." તેઓ તેની પાસે પહોંચી ગયા. શેઠ વર્ષોથી સામે રહેતા હતા, પણ ક્યારેય તેની સામે જોયેલું નહીં અને એકાએક પોતાને મળવા આવ્યા એટલે તેને આશ્ચર્ય થયું. તેણે શેઠને આવકાર આપ્યો અને જૂની ખુરશી બેસવા માટે મૂકી. પછી પૂછ્યું: "શેઠ, કેમ આવવાનું થયું? મારે લાયક કાંઈ કામ હોય તો કહો. સેવક તૈયાર છે."

શેઠે કહ્યું : "ભાઈ, કામ તો કાંઈ નથી. મારે તને એક પ્રશ્ન પૂછવો છે, તું સવારથી રાત સુધી કામ કર્યા કરે છે બપોરે રોટલો અને છાશ ખાય છે, એક વખત ચા પીએ છે. ઘેર પણ સ્ત્રી-છોકરાં હશે. આજે મેં આખો દિવસ તને જોયા કર્યો. આખા દિવસમાં તું માંડ ત્રણ -ચાર રૂપિયા કમાયો હોઈશ. આટલી આવકમાં તારું ઘર ચાલે છે ખરું?"

સાયકલવાળો એક ક્ષણ મૌન રહ્યો. પછી કહે: "શેઠ આજની આવકમાંથી તો અમે બધાં રોટલા ભેગા ન થઈએ. પણ ભગવાન ક્યારેક વધારે ને ક્યારેક ઓછો ધંધો આપી રહે. સરવાળે બે ટંકના રોટલા નીકળી જાય. ભગવાનની આ ઓછી કૃપા છે? મારે મહેનત કરવાની, સહેજ પણ નવરો પડું એટલે ભજનો ગાવાનાં અને આનંદ કરવાનો. દુઃખ માનીએ તો દુઃખ લાગે. ભગવાને મને તો કેબિન આપી છે અને માથે આવડું મોટું ઝાડ છે એટલે ભરપૂર છાંયડો આપ્યો છે. આ ધંધો કરવાવાળા કેટલાય બળબળતા ઉનાળે તડકામાં કામ કરતાં હોય છે અને ચોમાસામાં આખાને આખા પલળી જાય છે. શું કરીએ? રામ રાખે તેમ રહીએ છીએ અને આનંદ કરીએ છીએ."

શેઠ તેની વાત સાંભળી પ્રસન્ન થયા. પછી તેને ખભે હાથ મૂકીને કહ્યું: "ભાઈ, મેં તારાં ઘણાં ભજનો આજે સાંભળ્યા. મને આજે શાંતિ મળી છે એવી ક્યારેય મળી નથી. મેં ગમે તેટલી રકમ ખર્ચી હોત તો પણ તારાં ભજનોમાંથી મને જે શાંતિ મળી તે ક્યાંય મળી નહોત. હું ખૂબ રાજી થયો છું. હું તને પ્રેમથી સો રૂપિયા આપું છું. તે લઈ લે અને ઘરવાળાને અને છોકરાંને જોઈતી વસ્તુ લઈ આપજે. તું ગરીબ છે માટે આ રૂપિયા નથી આપતો. મને આનંદ અને શાંતિ મળ્યા છે માટે આપું છું."

સાયકલ રીપેરીંગ કરવા વાળાને સો રૂપિયા મફત કોણ આપે? સાઈકલવાળાને પણ જબરું આચાર્ય થયું. તેણે કહ્યું: "શેઠ, મેં તમને સંભળાવવા ભજન ગાયા નથી. હું તો મારી મસ્તીમાં ગાતો હતો. અમારો ખરો ખોરાક એ છે. બીજો ખોરાક શરીર ટકાવવા માટે ખાવો પડે. ટાઢા રોટલા અને છાશથી પેટ ભરાય જ છે ને ? શેઠ , અમે શરીરને મહત્વનું ગણીએ તો દુઃખી થઈ જઈએ. સંતોના પદો ગાવાથી એટલું તો પાકું થઈ ગયું છે કે શરીર ભગવાનની પ્રાપ્તિ કરવા માટેનું સાધન છે, એટલે તેના પ્રત્યે બેદરકાર ન રહેવું. તેની થાય એટલી માવજત કરવી. પણ ચિંતા ન કરવી. જેણે શરીર ધારણ કર્યું છે તે જીવની અને આત્માની કાળજી લેવાની છે. જીવ અનાદિકાળથી આ સંસારમાં આવ-જા કરે છે અને

કર્મનો બોજો વધતો જાય છે. મનુષ્ય સિવાયના પ્રાણીઓ અમુક હદ સુધીનો બોજો ઊંચકી શકે છે. તેય જાણી જોઈને ઉચકતા નથી, પણ પેટને સંતોષવા તેમને બોજો ઉપાડવો પડે છે; મારે સો રૂપિયાની જરૂર નથી. મને આ રૂપિયા સાચવવાની ઉપાધિ થશે. આ કેબિનના કે ઘરનાં બારણાં કોઈ જોરદાર લાત મારે તો તૂટી જાય તેવાં છે. માટે મહેરબાની કરી તમારી પાસે રહેવા દો."

શેઠે ઘણો આગ્રહ કરી તેને સો રૂપિયા આપ્યા. શેઠ તો જતા રહ્યા, પણ સાયકલવાળાને ઉપાધિ વળગી. રૂપિયા ક્યાં સાચવવા તેની ચિંતા થવા માંડી. ઘરવાળાને તેમજ છોકરાંને મોજ શોખ કરાવવાનું પણ તેને ઠીક ન લાગ્યું. એક વખત મન શોખને ચાળે ચડે પછી એને પોષવું પડે. તેના કરતાં શોખ ન કરાવ્યો જ સારો. તે   ₹100 ઘરે ન લઈ ગયો. પણ એક લુગડામાં બાંધી છતના લાકડામાં સંતાડી દીધા. તે રાત્રે તેને ઊંઘ ન આવી. આખી રાત પડખાં ફેરવતો રહ્યો. માંડ માંડ સવાર પડી. ઝટઝટ કેબીને પહોંચી ગયો. જોયું તો રૂપિયા સલામત હતા. તેણે ગણી જોયા. હાશ થઈ. ગ્રાહક આવે ત્યારે તે કામ કરે, પણ રૂપિયાનું શું કરવું તેની ચિંતામાં ભજનો ભુલાઈ ગયાં. ચાર- પાંચ દિવસ માંડ -માંડ પસાર કર્યા. તેને સમજાઈ ગયું કે આ   ₹100 એ ઊંઘ અને આનંદ હરામ કરી દીધા છે! તે શેઠ પાસે ગયો અને પગે લાગી કહ્યું: " શેઠ, આ   ₹100 પાછા લો. તમારે જેને આપવા હોય તેને આપજો. મેં તો ઊંઘ અને પ્રભુ ભજન બંને ગુમાવી દીધા છે!"

તે રૂપિયા મૂકી ચાલતો થયો. શેઠની વાત સાંભળવા પણ ઉભો ન રહ્યો. જાણે કાંઈ જ ન બન્યું હોય તેમ પોતાનું કામ કરવા લાગ્યો અને સંતોના પદો ફરી ભાવસભર કંઠે ગાવા લાગ્યો. શેઠ બારી પાસે બેસી પદો સાંભળતાં રહ્યાં. પેલો સાયકલવાળો નહોતો ભૂતકાળમાં જતો કે નહોતો ભવિષ્યમાં જતો. સો રૂપિયાની સ્મૃતિ તેને ભૂતકાળમાં કે ભવિષ્યમાં ઉપાડી ગઈ હોત, પણ તે તેનાં કાર્યમાં અને પ્રભુ ભજનમાં એટલો તલ્લીન હતો કે તેની સમક્ષ કાળ થંભી ગયો હતો. તેના મુખ પર પ્રસન્નતાની આભા છવાઈ ગઈ હતી.

26
જગત કેવું છે !

એક માણસ. તેને પોતાનું દુઃખ ગાવાની ટેવ હતી. તે ઘરના માણસોથી માંડી જે કોઈ તેના સમાગમમાં આવતું તેને કહ્યા કરતો. ઘરનો ખર્ચ ફૂદકે ને ભૂસકે વધતો જાય છે; છોકરા-છોકરીઓ દસ-પંદર વર્ષમાં મોટાં થઈ જવાનાં; એટલે તેમને પરણાવવાં પડશે; છોકરીઓ માટે તેમજ છોકરાઓની વહુઓ માટે દાગીના કરાવવા પડશે; બહેનનાં છોકરા-છોકરીઓ પરણશે ત્યારે મામેરું કરવું પડશે; છોકરીઓને કૉલેજમાં ભણાવવા માટે મોટી મોટી રકમ ખરચવી પડશે; છોકરાઓ માટે જુદા-ફ્લેટોની વ્યવસ્થા કરવી પડશે. બીજી બાજુ વસ્તુઓના ભાવ આસમાને ચઢતા જાય છે, એટલે ખાસ બચત થતી નથી. દેશ અને દુનિયામાં એટલી અનિશ્ચિતતા પ્રવર્તે છે કે ક્યારે શું થશે તે કહેવાય નહીં. પરદેશમાં રૂપિયાની કોઈ કિંમત નથી. વળી આ શરીરનો કોઈ ભરોસો છે? અત્યારે એવા વિચિત્ર રોગો નીકળ્યા છે કે માણસ તેમાં ક્યારે સપડાઈને મરી જાય તે કહી શકાય નહીં. હું કાંઈ અમર-પટો લખાવીને આવ્યો નથી. આપણા રામ રમી ગયા તો મારા કુટુંબનું શું થશે?

આમ તે માણસ ભવિષ્યની ચિંતા કર્યા કરતો અને દુઃખી થતો. તેની પત્ની શાણી અને ઠરેલ હતી. તેને થયું કે પતિ આમ રોદડાં રડ્યા કરશે તો સ્થિતિમાં કાંઈ સુધારો થવાનું નથી. ઊલટું, અત્યારે મહેનત કરવાનો સમય છે, ત્યારે મહેનત કરવાનું તેને સુઝતું નથી અને નકામા દુઃખી થયા કરે છે. તેને થયું: "પતિની શાન ઠેકાણે તો લાવવી જ જોઈએ." એક દિવસ પતિ પલંગ પર બેસી આવતા દિવસો કેવા ભયાનક આવવાના છે તેની વાત કરતો હતો. પેલી સ્ત્રીએ કહ્યું: "તમે તમારાં જ દુઃખ ગાયા કરો છો! મારો કોઈ દિવસ વિચાર કર્યો છે? જ્યોતિષીએ કહ્યું છે કે 60 વર્ષનું મારું આયુષ્ય છે. હજી મને 35 વર્ષ થયા છે. બીજા 25 વર્ષ મારે જીવવાનું છે. દરરોજ મારે બે બેડાં પીવાનું પાણી લાવવું પડે છે. હિસાબ કરશો તો ખબર પડશે કે મારે 18250 બેડાં પાણી લાવવું પડશે. 25 વર્ષમાં એટલી વાર કચરો કાઢવો પડશે. લગભગ 9000 કિલો અનાજ દળવું પડશે, 90,000 જેટલા વાસણો માંજવા પડશે. એમાંય મહિનામાં 15 દિવસ મહેમાન હોય છે! આ બધું મારાથી કઈ રીતે થવાનું છે? આના કરતાં મરી જવું સારું! મારે આટલું દુઃખ શા માટે ભોગવવું જોઈએ?"

સ્ત્રીની વાત સાંભળી પુરુષ સ્તબ્ધ થઈ ગયો. થોડી ક્ષણો બોલી શક્યો નહીં. પછી ધીમે રહીને કહે: "તારે આ બધું ક્યાં એક દિવસમાં કરવાનું છે, તે દુ:ખી થાય છે?" સ્ત્રી એ તરત જ કહ્યું: "તમે જે કાર્યો ગણાવ્યા તે તમારે અત્યારે કરવાના છે કે જ્યાં ત્યાં ગાયા કરો છો? તમે રોજનાં કાર્યો રોજ કરવા માંડો તો પતતા જશે. તેને બદલે તમે ભવિષ્યની ચિંતા કરીને નતામાં દુ:ખી થાવ છો. કોઈ માણસ હજી આવતી કાલનો વિચાર કરે તે સમજી શકાય, પણ 10 -15 વર્ષ પછી જે બનવાનું હોય તેનો ભાર અત્યારથી શિર પર ઊંચકીને ફરવાનું કેટલું વ્યાજબી? ડાહ્યો માણસ તેની તમામ શક્તિ વર્તમાન પર જ નિયોજિત દે છે. તેને ખબર છે કે ભવિષ્યનું ચણતર વર્તમાન કાળ પર જ થવાનું છે. હવે જેનો વર્તમાન બગડે તેનું ભવિષ્ય શું સુધરવાનું હતું! એક બાજુ તમે એમ કહો છો કે આ શરીરનો કાંઈ ભરોસો છે! બીજી બાજુ તમે દૂરના ભવિષ્યની ચિંતાનું પોટલું માથા પર લઈને ફરો છો! મને મોટું આશ્ચર્ય એ થાય છે કે પ્રાત: કાળે તમે નરસિંહ મહેતાનું પદ અમને સંભળાવો છો અને આખો દિવસ દુ:ખની દાંડી પીટો છો."

27
વિનોબાજી એક માણસનું દ્રષ્ટાંત આપતા

તે શહેરમાં રહેતો હતો. ઘરમાં એવા માણસો ભેગા થયેલા કે રોજ કંકાસ થયા કરે. તે કંકાસથી કંટાળી ગયો એટલે તેણે ઘર છોડ્યું અને દૂર આવેલા ગામડામાં રહેવા ગયો. ગામડામાં એટલી બધી ગંદકી હતી કે તે ત્યાં દુઃખી થઈ ગયો! તેનાથી ગંદકી સહન ન થઈ એટલે ત્યાંથી ભાગ્યો. તેને થયું: જંગલમાં રહેવું સારું. ત્યાં કોઈની આવ-જા નહીં અને બધું ચોખ્ખું તો ખરું. તેણે જંગલમાં જઈ એક વૃક્ષ નીચે વાસ કર્યો. એ વૃક્ષ પર ઘણા પંખીઓ રહેતા. આખો દિવસ તેમની અવર-જવર રહેતી, તેમના અવાજો થતા અને ચરકનો હિસાબ નહીં. ચરક તેના માથા પર પણ પડતી અને તેની દુર્ગન્ધ પણ આવતી.

તેને જંગલમાં મંગલ દેખાવાને બદલે અમંગલ દેખાવા લાગ્યું. પછી તે ત્યાંથી નીકળ્યો. રસ્તામાં નદી આવી. નદીમાં ખૂબ માછલાં હતાં. તેણે જોયું કે મોટી માછલીઓ નાની માછલીઓને ગળી જતી હતી. તે જોઈને તેને ખૂબ દુઃખ થયું. તેને લાગ્યું: આ સમગ્ર જગત બેચન બનાવી મૂકે તેવું છે. અહીં બધું અમંગલ છે. અહીં જીવવા જેવું નથી. તે પાણીમાંથી બહાર નીકળ્યો. તેને જાતને સળગાવી દેવાનો વિચાર આવ્યો. તેણે ચિતા તૈયાર કરી. હજી તે ભડભડ બળતી ચિતામાં કૂદી પડવા જાય તે પહેલા એક મહાત્મા આવી પહોંચ્યા. તેમણે પૂછ્યું: "તમે આ ચિતા કેમ સળગાવી છે? અહીં કોઈ મૃત્યુ પામેલી વ્યક્તિ તો જણાતી નથી."

જગથી કંટાળેલી વ્યક્તિએ કહ્યું: "આ જગતમાં હવે જીવવા જેવું રહ્યું નથી. સંસારની અસારતા નખશિખ સમજાઈ ગઈ છે. આ જાતને સળગાવી દેવા માટે આ ચિતા તૈયાર કરી છે. અંદર કૂદી પડું એટલી જ વાર છે."

મહાત્મા ક્ષણવાર મૌન રહ્યા. પછી કહે: "તમે જીવતા સળગી જવાની વાત કરો છો, પણ

થોડીવાર ગંભીરતાથી વિચાર કરો: તમારું શરીર આગમાં સળગશે ત્યારે ચરબીની કેટલી દુર્ગંધ ફેલાશે તેનો વિચાર કર્યો છે ખરો? એક વાળ બળે છે તોય બદબો ફેલાય છે. તો બધા વાળ અને ચરબી સળગશે ત્યારે કેટલી દુર્ગંધ ફેલાશે તેનો હિસાબ કર્યો?"

અકળાયેલો માણસ વધુ અકળાયો. તે બબડ્યો: "આ દુનિયામાં જીવવાની કોઈ સુવિધા નથી અને નિરાંતે મરવાનોય અવકાશ નથી."

મહાત્માએ કહ્યું: "એવું નથી, ભાઈ. અહીં કોઈને દોષ દેવા જેવો નથી. તમારી ધારણા મુજબ બધું થતું નથી તેની આ અકળામણ છે. તમારી જેમ ધારણાઓ છે, તેમ લાખો લોકોની પોતપોતાની ધારણાઓ છે. અસંખ્ય પરિબળો આ જગતમાં કાર્યાન્વિત છે. તમે તમારી જાતને બરાબર ઓળખી લો. આખા જગતને ફેરવવાનો વિચાર કરવાને બદલે તમે ફરી જાવ. તમે નિર્મળ અને વ્યાપક થઈ જાવ. તમે હું પણાનો અને મારાપણાનો ભાવ છોડી દો. શુભની શરૂઆત પોતાનાથી જ થાય છે. એવો સમજણપૂર્વક નિશ્ચય કરો. પછી આ જગત અમંગલને બદલે મંગલમય બની રહેશે."

28

કુદરત પક્ષપાત કરે?

એક સન્યાસી પરમાત્માની અવારનવાર ક્ષમા યાચના કરતા હતાં. ત્યારે એક શિષ્યે તેમને પૂછ્યું કે "છેલ્લા ઘણાં બધાં વર્ષોથી તમે સવાર- સાંજ ભગવાન પાસે ક્ષમા પ્રાર્થના કરો છો તે મેં સાંભળી છે. તો તેનું કારણ શું છે? તમે એવો કયો ગુનો કયો છે કે વારંવાર તમારે ક્ષમા માંગવી પડે છે?"

સંન્યાસી થોડી ક્ષણો મૌન રહ્યા. પછી કહે : "મને ક્ષમા માગવાની ટેવ પડી ગઈ છે. આમેય દરેક મનુષ્ય નાની-મોટી ભૂલ કરી બેસે છે. બધી જ ભૂલો જાણી જોઈને કે ઈરાદાપૂર્વક નથી થતી, અજાણતા પણ થઈ જતી હોય છે; એટલે ક્ષમા માંગવામાં સંકોચ રાખવાની જરૂર નથી."

સંન્યાસીના ઉત્તરથી શિષ્યને સમાધાન થયું નહીં. તેને એમ થયું કે સંન્યાસી ભગવાનની ક્ષમા માંગે છે તે ઉપરછલ્લી નથી હોતી. તે વેળા તેમનાં નેત્રો સજળ થઈ જતાં હોય છે. એટલે આટલી નિષ્ઠાપૂર્વક ક્ષમાયાચના કરવાનું ચોક્કસ કોઈ કારણ હોવું જોઈએ. એટલે તેણે ફરી કહ્યું: "સંન્યાસીઓને હું પ્રાર્થના કરતાં અવારનવાર જોઉં છું, પણ કોઈ ક્ષમા માગતું હોય તેવું મેં સાંભળ્યું નથી. એટલે તમારા ઉત્તરથી મને સમાધાન થતું નથી. તમારી આ પ્રકારની પ્રાર્થના પાછળ કોઈ રહસ્ય રહ્યું હોય તેમ લાગે છે. આપને ઉચિત લાગે તો મને જણાવો; જેથી એમાંથી કોઈ બોધપાઠ લેવા જેવો હોય તો હું લઉં."

સંન્યાસીએ સ્પષ્ટતા કરતાં કહ્યું: "તમારી જિજ્ઞાસા બરાબર છે. હું નિત્ય ક્ષમા માગું છું તેનું કારણ છે. ત્રીસ વર્ષ પહેલાંની વાત છે. હું કોઈ એક નગરમાં લાકડાની મોટી લાટી ધરાવતો હતો. એક દિવસ કોઈક કામસર મેં બપોર પછી લાટી બંધ કરી અને ઘરે ગયો. સાંજે મેં સાંભળ્યું કે લાટી બજારમાં મોટી આગ લાગી છે અને મારી દુકાન બળી ગઈ છે. આવા સમાચાર સાંભળી હું દુકાન તરફ દોડતો રવાના થયો. લોકો મને દોડતો જોઈ વિસ્મય પામતા હતા. પણ શા કારણે હું દોડી રહ્યો છું તે સમજાવવાનો સમય નહોતો.

દુકાનમાંથી થોડું ઘણું બચાવી શકાય તો બચાવી લેવાનો મારો ખ્યાલ હતો. રસ્તામાં મને મારી દુકાનથી થોડે દૂર પાનનો ગલ્લો ધરાવતો માણસ મળી ગયો. હું દોડતો દોડતો જઈ રહ્યો હતો તે તેણે દૂરથી જોયું. એટલે તે સત્વરે મારી પાસે આવી પહોંચ્યો અને મને રોકીને કહે: "અરે, શેઠજી, તમે શા માટે દોડી રહ્યા છો? તમારે દોડવાની જરૂર નથી."

મને એમ કે સમગ્ર લાટી ખાક થઈ ગઈ હશે. બધું નષ્ટ થઈ ગયા પછી હું દોડતો જાઉં કે ચાલતો જાઉં તેથી કાંઈ ફેર ન પડે એમ પેલો ગલ્લાવાળો માનતો હશે, એમ મેં ધારી લીધું. તેમ છતાં કુતૂહલ ખાતર મેં પૂછ્યું: "ભાઈ, તું મને દોડીને જવાની શા માટે ના પાડે છે?"

"તમારી લાટીને અગ્નિએ સ્પર્શ કર્યો નથી. એ બિલકુલ સલામત છે." ગલ્લાવાળાએ કહ્યું: "લાટી બજારની બીજી ઘણી દુકાનો બળીને રાખ થઈ ગઈ. પણ તમે નસીબદાર છો. તમારી દુકાન અકબંધ છે."

મારું ધડકતું હૃદય આ સમાચાર સાંભળી સ્વસ્થ થઈ ગયું. મેં પારાવાર રાહત અનુભવી. હું પાસે આવેલા એક લાકડા પર બેસી ગયો અને ભગવાનનો ખુબ ખુબ આભાર માન્યો; પણ થોડી ક્ષણો વીત્યા પછી મેં કરેલી ગંભીર ભૂલ મને સમજાઈ. મને થયું કે મારાથી ભગવાનનો આભાર મનાય જ કેમ? મારી દુકાન બચાવવા માટે જો તેઓ જવાબદાર હોય તો અન્યની દુકાનો બાળવા માટે તેમને જવાબદાર ગણવા જઈએ! પરમાત્મા આવી પંચાયતમાં પડતા નથી. સૌને સૌના સારા માઠા કમી ભોગવવાના હોય છે. કર્મના અટલ નિયમો સૌને માટે પક્ષપાત રહિતપણે કામ કરતા હોય છે. તેમાં કોઈની ડખલગીરી ચાલતી નથી અને કોઈ ડખલગીરી કરે તો તેનું ફળ તેને ભોગવવું પડે છે. મારી દુકાન બચી ગઈ તે માટે મેં પરમાત્માનો આભાર માન્યો તે બરાબર નથી. મારી ભૂલ બદલ હું અવારનવાર નિષ્ઠાપૂર્વક પરમાત્માની ક્ષમા માગું છું. ભગવાનને નામે આપણે ક્યારેય અપરાધ કરી બેસીએ છીએ તેની આપણને ખબર પડતી નથી! એટલે ખૂબ સાવધાન રહેવું જોઈએ.

29
સમતુલ અને સ્વસ્થ

દશકા પહેલાંની વાત છે. તે કાળે રાજા-મહારાજાઓ અને અમીર-ઉમરાવોની બોલબાલા હતી. તેઓ ચારણોને આશરો આપવામાં ગૌરવ સમજતા. ચારણોના કુટુંબોનો ગુજારો પણ આવા જ લોકો કરતા. આ ચારણ નબળા ભાગ્યનો હતો. તે ઘરનું માંડ-માંડ પૂરું કરી શકતો. ઘરનાં સૌ બાજરાનું ભૈડકું ખાઈને દિવસ પસાર કરી દેતા.

ચારણને થયું: "થોડા દિવસ બહારગામ જઈ આવું તો મહેમાનગતિ થાય, ઘરના રોટલા બચી જાય અને થોડી ઘણી રકમ હાથમાં આવે એટલે ઘરનાં સૌ પણ ખાંડ-ચોખા ભેગા થાય."

ચારણ તેની સ્ત્રીની ચાર દિવસની રજા લઈને ગામતરે નીકળ્યો. તેની બોલવાની છટા અતિ સુંદર હતી, એટલે જ્યાં જાય ત્યાં લોકો તેને આવકારતા અને સારી સરભરા કરતા. યજમાન પણ ઘણા હતા. તેણે નક્કી કર્યું કે કોઈપણ યજમાનને ઘેર એક ટંક કે બે ટંક થી વધુ રોકાવું નહીં, કારણ કે વધારે રોકાવાથી માણસની કિંમત રહેતી નથી.

તેણે ચાર દિવસ સારી રીતે ગામતરું કર્યું; મેવા-મિષ્ટાન ખાધાં; થોડી રકમ પણ હાથમાં આવી, પણ બન્યું એવું કે તે જ દિવસે ગામથી નીકળ્યો એને બીજે જ દિવસે તેને ઘેર બે મહેમાન આવ્યા. ચારણ ઘરમાં નહોતો તોય તેઓ પૂરા બે દિવસ રોકાયા. ચાર દિવસ બહારગામ રહીને ચારણે જે બચત કરવા ધારી હતી તેના પર પાણી ફરી વળ્યું.

ચાર દિવસ પૂરા થતાં ચારણ તેને ઘરે જવા રવાના થયો. રસ્તામાં તે વિચારતો હતો: "મારા ભાગનું ચાર દિવસનું અનાજ બચ્યું હશે. ઘરના સૌ ભૈડકું જ ખાઈને જ રહે છે. મેં ચાર દિવસ માલ પાણી આરોગ્યાં. હવે ઘરમાં થયેલી બચત અને મને મળેલી રકમ એ બધું ભેગું થતાં સૌને ગળ્યું મોં કરાવી શકાશે. પત્નીને અને છોકરાને પણ જીવ છે. તેમના કોઠા ટાઢા થવા જોઈએ."

તે ઘરે પહોંચ્યો. હાથ-પગ ધોઈ ઢોલિયા પર બેઠો અને હુક્કો પીવા લાગ્યો. ચારણ ઘડી બે ઘડી આનંદ થાય તેવા સમાચાર આપે તે પહેલાં જ ચારણ-સ્ત્રી બોલી ઊઠી: "સાંભળો છો કે? તમે ગામતરે ગયા હતા ત્યારે બે મહેમાન પૂરા બે દિવસ રહી ગયા. ઘરમાં જે કાંઈ અનાજ હતું તે બધું પતી ગયું. આજ તો ભૈડકાનોય જોગ નથી રહ્યો!"

ચારણ ઠંડોગાર થઈ ગયો. તેની ગણતરી ઊંધી વળી ગઈ! ચારણ આ આઘાતમાંથી બહાર નીકળ્યો નહોતો ત્યાં જ ડેલીએથી કોઈકે ખબર અંતર પૂછતા કહ્યું: "ગઢવી, ચાર દિવસ કઈ બાજુ ફરી આવ્યા?" ચાર દિવસ સારું ભોજન ખાવાથી ચારણના અવાજમાં જે નરવાઈ આવી હતી તે ક્ષીણ થઈ ગઈ. તે બોલી ઊઠ્યો: "ક્યાંય નહોતો ગયો, ભઈલા! અમે તો ઘેરના ઘેર અને ભૈડકા ભેર." તેના ભાગ્યમાં ભૈડકું જ હતું!

30
અનુકરણ

તીડનું એક મોટું ટોળું એક સ્થાનેથી બીજા સ્થાને જઈ રહ્યું હતું. હજારો તીડ એક સાથે જઈ રહ્યા હતા. તેમના અવાજથી એક પ્રકારનું સંગીત નિર્માણ થતું હતું. આ સંગીત સાંભળીને ગધેડાને ગાવાનું મન થયું. પણ ગધેડાને "હોં...ચી-હોં...ચી" સિવાય બીજું શું ગાતા આવડે? તેણે તેનું ગળું સુધારવા ઘણો પ્રયત્ન કર્યો, પણ તેમાં તેને સફળતા મળી નહીં. એક દિવસ તેને વિચાર આવ્યો: "મારે તીડના ટોળાને પૂછવું જોઈએ કે તેમની પાસે આવો મધુર કંઠ ક્યાંથી આવ્યો?"

એક ખેતરમાં તીડનું ટોળું બેઠું હતું. ગધેડો એ જ સમયે ખેતરની વાડ પાસે ઉભો હતો. તેણે તીડોને પૂછ્યું એટલે તેમને ગધેડાની મૂર્ખામીનો ખ્યાલ આવી ગયો. તેમણે એકબીજા સામે આંખો મીચકાવીને કહ્યું: "ગધાભાઈ, અમે માત્ર ઝાંકળનો જ આહાર કરીએ છીએ એટલે અમારો કંઠ આવો મધુર છે!"

સુંદર કંઠ પ્રાપ્ત કરવા માટે ગધેડો ગમે તે કિંમત ચૂકવવા તૈયાર હતો. તેણે તે જ વખતે સંકલ્પ કરી લીધો કે માત્ર ઝાંકળ પર જ રહેવું. જેને રોજનો અડધો મણ ખોરાક જોઈએ તેનું પેટ એકલી ઝાંકળથી કઈ રીતે ભરાય? થોડા દિવસ તો વાંધો ન આવ્યો. પણ પછી તે માંદો પડ્યો અને શરીર ક્ષીણ થવા લાગ્યું. પણ તેણે કંઠ સારો કરવાની હઠ ન મૂકી એટલે મૃત્યુ પામ્યો. તેણે તેની મર્યાદા સમજવી જોઈતી હતી; કોઈનું અનુકરણ નહોતું કરવું જોઈતું.

31
લપલપની સજા

એક શિકારી શિકાર કરવાના હેતુથી જંગલમાં ભટકતો હતો. બપોર સુધી ખૂબ રખડ્યો પણ એકેય શિકાર હાથમાં ન આવ્યો. ત્યાં તેને એક સુંદર ઘટાદાર વૃક્ષ જોયું. તેને આરામ કરવાની ઇચ્છા થઈ આવી. રઝળપાટ કરીને ખૂબ થાકી ગયો હોવાથી તે વૃક્ષની શીતલ છાયા નીચે બેઠો. તેણે આસપાસ નજર કરી તો થડની બાજુમાં એક ખોપરી પડી હતી. ત્યાં બીજું કોઈ નહોતું, પોતે પણ તદ્દન નવરો હતો. તેને ખોપરી સાથે વાત કરવાની ઇચ્છા થઈ, એટલે તેણે ખોપરીને પૂછ્યું: "કેમ છો?"

ખોપરી જવાબ આપશે એવી ધારણા નહોતી. પણ ભારે આશ્ચર્ય વચ્ચે ખોપરીએ પૂછ્યું: "તું કેમ છે?"

શિકારી ડઘાઈ ગયો. તેણે ખોપરીને પૂછ્યું: "તું વાતચીત કરી શકે છે?"
ખોપરીએ કહ્યું: "હા ."
શિકારીએ પૂછ્યું: "તું અહીં કેમ આવી? તારી આવી હાલત કેમ થઈ?"
ખોપરી બોલી: "વધારે પડતું બોલ બોલ કરવાથી."

ખોપરીની વાત સાંભળી શિકારી ગભરાઈ ગયો. એ ત્યાંથી મુઠ્ઠીઓ વાળીને ભાગ્યો. ખોપરી બોલી શકે એ તેના માન્યામાં આવતું નહોતું. તે ત્યાંથી રાજધાનીમાં પહોંચી ગયો અને રાજા સુધી પહોંચવાની વ્યવસ્થા કરી. તેને કોઈપણ રીતે આ ચમત્કારિક ઘટના રાજાને કહેવી હતી.

તેને રાજા સમક્ષ હાજર કરવામાં આવ્યો. તેણે રાજાને કહ્યું: "કોઈના માન્યામાં ન આવે એવું કૌતુક મેં જોયું છે. જંગલમાં એક ખોપરી જોવામાં આવી, જે વાતચીત કરી શકે છે. હું એક મોટા ઝાડની ઠંડી છાયા નીચે બેઠો હતો ત્યાં એક ખોપરી પડી હતી. મારે કાંઈ જ કરવાનું નહોતું. હું જાણતો હતો કે ખોપરી બોલી શકે નહીં. છતાં હું અમસ્તો બોલ્યો: "કેમ

છે?" સામેથી ખોપરીએ મને પૂછ્યું: "તું કેમ છે?"

શિકારી રાજાને ખોપરીની વાત કરતો હતો ત્યારે ધ્રુજતો હતો. તેણે કહ્યું: "મેં ખોપરીને સવાલ પૂછ્યો અને તેણે મને જવાબ આપ્યો. ખોપરી બોલે છે તેમાં શંકા નથી."

રાજા: "તું મશ્કરી કરતો લાગે છે. ખોપરીને ક્યાં જીભ હોય છે કે એ બોલી શકે?"

શિકારી: "મહારાજ, તમારી મશ્કરી કરાતી હશે? મારી વાત ખોટી હોય તો તમે મને શિક્ષા કરી શકો છો. મને કાંઈ ભ્રમ નથી થયો. આ પોતે અથવા તમારા માણસો દ્વારા મારી વાતની ખાતરી કરી શકો છો."

રાજા: "ભલે, અમે તારી સાથે આવીએ છીએ."

રાજા અને અન્ય મહત્ત્વના દરબારીઓ શિકારી સાથે જંગલમાં જવા નીકળ્યા. સૌના મનમાં જબરૂ કુતુહલ હતું. ખોપરી તે વળી બોલતી હશે?

સૌ પેલા ઝાડ પાસે પહોંચ્યા ત્યારે ખોપરી ત્યાં પડી હતી. શિકારી ખોપરીની નજીક ગયો અને કહ્યું: "કેમ છે?"

ખોપરીએ જવાબ આપ્યો નહીં. તેણે ફરીવાર જોરથી પૂછ્યું: "કેમ છે?" તો પણ ખોપરી મુંગી રહી.

શિકારી મુઝાઈ ગયો. તે ગભરાતો બોલી ઉઠ્યો: "તને એકાએક શું થઈ ગયું? પહેલા તો તું મારી સાથે વાત કરતી હતી, હવે કેમ બોલતી નથી?" છતાં ખોપરી શાંત પડી રહી.

રાજાએ શિકારીને કહ્યું: "મને પ્રથમથી જ ખબર હતી કે કાં તું પાગલ હોવો જોઈએ કાં તારા મનમાં કોઈ ભ્રમણા થઈ હોવી જોઈએ." પછી તેણે પરિચારકને આજ્ઞા કરી: "આ માણસનું માથું કાપી નાખ."

તલવારનો ઘા પડતા જ તેનું મસ્તક ધડથી જુદું થઈ ગયું. રાજા દરબારીઓ સાથે ત્યાંથી પાછો ફર્યો.

રાજાના ગયા પછી ખોપરીએ પેલા માથાને પૂછ્યું: "કેમ છે?" મસ્તક કહે: "અરે, મુરખ! તું તે વખતે કેમ બોલી નહીં?"
ખોપરીએ મસ્તકને કહ્યું: "તું અહીં કેમ આવી ચડ્યું?"
મસ્તકે કહ્યું: "વધુ પડતો બબડાટ કરવાથી."

32

તૃષ્ણા

એક ખૂબ સંપત્તિવાન માણસ હતો. તેની પાસે વિશાળ ઈમારતો, ફૂલ-ફળની સભરવાડીઓ, સંખ્યાબંધ ખેતરો, હવા ખાવાના સ્થળોએ ઉદ્યાનસહિત બંગલાઓ, તરણહોજો અને સુખ સગવડનાં ઘણાં બધાં આધુનિક સાધનો હતા. આ બધાંનો વહીવટ કરવામાં તેને તકલીફ પડતી હતી. પણ તેની દેશ વિદેશમાં પેઢીઓ હોવાથી અને બુદ્ધિમાન માણસો હાથ નીચે કામ કરતા હોવાથી તેને તેમના તરફથી સહાય મળી રહેતી અને કારોબાર સરખી રીતે ચાલ્યા કરતો.

મનુષ્ય પાસે સંપતિ હોય તો તે કાં સન્ન માર્ગે વપરાય છે, કાં ખોટે રસ્તે વેડફાઈ જાય છે. વધુ પડતી સંપત્તિ હોય ત્યાં તેનો બગાડ થવાનો વધારે સંભવ રહે છે. સંપત્તિનો ઉપયોગ કરનારા બધા સરખા હોતા નથી. કુટુંબના વડીલ પર ઘણો આધાર રહે છે. વડીલ જાગ્રત હોય, વિવેકી હોય અને લક્ષ્મીને માતાની જેમ ગણતો હોય તો સંપત્તિનો દુરુપયોગ ન થાય; પણ લક્ષ્મી છલકાતી હોય ત્યારે વિવેક રેખા ઓળંગી જવાય છે અને કુસંગ થતાં વાર લાગતી નથી.

સંપત્તિવાન માણસ ધનનો ભોગ માટે ઉપયોગ કરવા માંડ્યો. તે પોતાનું યૌવન જાળવી રાખવા માંગતો હતો. તેણે શ્રીમદ્ ભાગતમાં આવતી યયાતિની કથા વાંચી કે સાંભળી નહીં હોય. તૃષ્ણાની પ્રબળતા સમજવા યયાતીની કથા ધ્યાનમાં રાખવા જેવી છે. તે નહુષ રાજાનો પુત્ર હતો. નહુષ રાજા અમુક સમય સુધી સ્વર્ગનો ઈન્દ્ર થયો હતો ત્યારે નહુષની જગ્યાએ યયાતિ રાજા બન્યો હતો.

યયાતિ એક દિવસ મૃગયા ખેલવા ગયેલો ત્યારે પાણીની તરસ લાગતાં તેની શોધમાં એક કુવા પાસે ગયેલો. તેણે કૂવામાં દૃષ્ટિ કરી તો દાનવોના ગુરુ શુકાચાર્યની કન્યા દેવયાની જોવામાં આવી. રાજાએ તેનો હાથ પકડી બહાર કાઢી. એટલે દેવયાનીએ કહ્યું: " તમે મારા હાથનો ગ્રહણ કયી છે એટલે હું હવે અન્ય પુરુષ સાથે લગ્ન કરીશ નહીં. રાજાએ તેની

વાત કબૂલ રાખી. દેવયાનીને દાનવોના રાજા વૃષપર્વાની કન્યા શર્મિષ્ઠાએ કૂવામાં ધકેલી દીધેલી. ગુરુપુત્રી અને રાજપુત્રી વચ્ચે બોલાચાલી થતાં આ ઘટના બનેલી. ગુરુ શુક્રાચાર્ય આ કારણે રાજ્ય છોડી બીજે જવા તૈયાર થઈ ગયેલા. વૃષપર્વાએ તેમની ક્ષમા માગી, ત્યારે દેવયાનીની શરતે નગરમાં રહેવાનું સ્વીકાર્યું. શરત એ હતી કે દેવયાની જ્યાં પરણે ત્યાં શર્મિષ્ઠા પોતાની સખીઓ સાથે દેવયાનીની દાસી તરીકે જાય.

શુક્રાચાર્યએ દેવયાનીને યયાતિ રાજા જોડે પરણાવી, ત્યારે રાજપુત્રી શર્મિષ્ઠા દાસી તરીકે દેવયાની સાથે ગઈ . શુક્રાચાર્યએ તે વેળા યયાતિ રાજા સાથે કરાર કરી લીધેલો કે તેણે શર્મિષ્ઠા સાથે કદી વિષયસુખ ભોગવવું નહીં.

યયાતિ રાજાને દેવયાનીથી યદુ અને તુર્વસુ એમ બે પુત્રો થયા, જ્યારે શર્મિષ્ઠાથી દ્રુહ્યું , અનુ તથા પૂરુ નામના ત્રણ પુત્રો થયા. શર્મિષ્ઠા સાથેના વહેવારની શુક્રાચાર્યને જાણ થઈ એટલે તેમણે યયાતિને શાપ આપ્યો કે પુરુષને બેડોળ કરી નાખનારી વૃદ્ધાવસ્થા તેને પ્રાપ્ત થાય.

યયાતિની કામવાસના તૃપ્ત થઈ નહોતી એટલે તેણે શુક્રાચાર્યને આજીજી કરી ત્યારે તેમણે કહ્યું કે તારી વૃદ્ધાવસ્થા બદલીને કોઈની યુવાવસ્થા મેળવી શકે છે. શર્મિષ્ઠાનો નાના પુત્ર પૂરુ પિતૃભક્તિને કારણે પોતાની યુવાવસ્થા આપવા તૈયાર થયો. યુવાવસ્થા પાછી મળી પછી તેણે દેવયાની સાથે વિષયભોગ ભોગવ્યા કે પછી "વિષ્ણુ પુરાણ" કહે છે તેમ વિશ્વાચી નામની અપ્સરા સાથે કામભોગો ભોગવ્યા તે નિશ્ચિતપણે કહી શકાતું નથી. પણ લાંબા સમય સુધી વિષયભોગો ભોગવ્યા છતાં યયાતિને તૃપ્તિ તો ન જ થઈ, પણ તેની તૃષ્ણામાં વૃદ્ધિ થવા લાગી. છેવટે તેને વિચાર આવ્યો કે," વિષયભોગ વડે કામતૃષ્ણા શાંત થવી અશક્ય છે. વિષયભોગથી તો ઉલટું , ઘી નાખવાથી અગ્નિ વધે તેમ, તૃષ્ણા અધિકાધિક વધતી જ ચાલે છે. આ પૃથ્વી પર જેટલું ધન-ધાન્ય છે, પશુઓ છે અને સ્ત્રીઓ છે, તે સર્વે કોઈ પુરુષને એક સાથે મળે તો પણ તૃષ્ણાથી ઘેરાયેલા પુરુષના મનને કદી સંતોષ ઉપજાવી શકે નહીં. માણસ જ્યારે સર્વ પ્રાણીઓ પરત્વે આસક્તિરહિત કે દ્વેષરહિત થાય, ત્યારે જ તેની સર્વ દિશાઓ સુખમય થાય છે. મનુષ્ય ઘરડો થાય પણ તૃષ્ણા ઘરડી થતી નથી. એવી દુ:ખો લાવનારી તૃષ્ણાનો સુખની ઈચ્છવાળા મનુષ્યે ત્યાગ જ કરવો જોઈએ. હું દીર્ઘ સમયથી વારંવાર વિષયોને સેવી રહ્યો છું. છતાં એ વિષયોની તૃષ્ણા પ્રતિસમય વધતી જ જાય છે. માટે હવે તો આ તૃષ્ણાનો જ ત્યાગ કરી દઈ, મારા મનને બ્રહ્મ વિશે જ સ્થાપી દઉં, અને સર્વ વિષયો તરફથી આસક્તિરહિત અને દ્વેષરહિત થઈ, વનમાં વિચરું. આ વિષયભોગના સંગ તથા ચિંતનથી તો સંસાર તથા આત્મનાશ જ પ્રાપ્ત થાય છે."

યયાતિને ઘણું મોડું મોડું સમજાયું, પણ સાચી સમજણ પ્રાપ્ત થયા પછી તેણે તૃષ્ણાઓનો ત્યાગ કર્યો, પુત્ર પૂરુને તેની યુવાવસ્થા પાછી આપી અને તેણે વન-ગમન કર્યું.

33
સંપત્તિ

એક માણસ હતો. તેની પાસે ખૂબ સંપત્તિ હતી. એક જ્ઞાની મહાત્મા નગરમાં આવ્યા. તેને થયું: "આ મહાત્માની કૃપા પ્રાપ્ત કરું તો અખૂટ સંપત્તિ મળી જાય અને સાત પેઢી પછીનીય ચિંતા ન રહે."

તે મહાત્મા પાસે પહોંચી ગયો અને પોતાનો મનોભાવ વ્યક્ત કર્યો. મહાત્માએ કહ્યું: "તારી ઇચ્છા પ્રમાણે ચોક્કસ થાય, પણ તે પહેલાં હું કહું તેમ તારે કરવું જોઈએ."

સંપત્તિવાન માણસ ગમે તે કરવા તૈયાર હતો. તેના વંશવાસોને ક્યારેય ધનની ત્રુટી ન પડવી જોઈએ એવું તે ઇચ્છતો હતો.

મહાત્માએ કહ્યું: "નદીના ઓવારા પાસે એક વડનું ઝાડ છે. તે ઝાડની બાજુમાં એક તૂટી-ફૂટી ઝૂંપડી બાંધીને બે સ્ત્રીઓ રહે છે. સાસુ - વહુ ઉચ્ચ કક્ષાના ભગવદ્ ભક્તો છે અને ખૂબ સંસ્કારી છે. તમારે સ્નાન ધ્યાનાદિ કરી એક થાળીમાં સીધાની બધી સામગ્રી લઈ જવાની અને ભક્તિ ભાવે તેમને આપી દેવાની. તમારું સીધું સ્વીકારશે એટલે તમારા કુળમાં લક્ષ્મી કાયમ માટે રહેશે."

માણસને આટલું જ જોઈતું હતું. એક સીધાની સામગ્રી આપવાથી અનેક પેઢીઓ લક્ષ્મીવાન બની જશે તેની તેને કલ્પના જ નહોતી. મહાત્માના વચન પર તેને વિશ્વાસ હતો. તે બીજા દિવસના પ્રાતઃકાળની રાહ જોવા લાગ્યો. પણ રાત્રિ કેમેય જતી નહોતી. તેને થયું કે રાત્રી ધ્રુવપ્રદેશ જેટલી દીર્ઘ થઈ ગઈ છે. તેની વ્યગ્રતા વધતી જતી હતી. પણ સમય તેની રીતે જ કામ કરતો હતો.

છેવટે પ્રાતઃકાળ થયો. મહાત્માની આજ્ઞાનુસાર તેને સ્નાન -ધ્યાન કરી લીધા. સીધાની બધી જ સામગ્રી તૈયાર કરાવી. સંપત્તિવાનને ત્યાં વસ્તુઓની ખોટ હોય નહીં. થાળીમાં

બધી જ સામગ્રી વ્યવસ્થિત ગોઠવીને તે ઝૂંપડી પાસે પહોંચી ગયો. જોયું તો સાસુ એકાગ્રતાપૂર્વક પૂજા- પાઠ કરી રહ્યા હતા, અને વહુ ઝૂંપડીમાં સાફ -સૂફી કરતી હતી. આંગણામાં તુલસી ક્યારો હતો. બધું સ્વચ્છ સુઘડ હતું. ધુપની સુગંધ વાતાવરણમાં ફેલાઇ ગઈ હતી. માણસ સામગ્રીવાળી થાળી લઈને આંગણામાં ઉભો રહ્યો અને તેને ગહન શાંતિનો અનુભવ થયો. થોડી ક્ષણો એ કાંઈ બોલી શક્યો નહીં. પછી શાંત સ્વરે બોલ્યો: "બહેન, સીધાની સામગ્રી લઈને આવ્યો છું તેનો સ્વીકાર કરીને ઉપકૃત કરશો."

વહુએ કહ્યું: "ભાઈ, આજના દિવસની ભોજન સામગ્રી અમને મળી ગઈ છે. એટલે મારાથી સીધું નહીં લેવાય. અમે આવતીકાલ માટે કશું સંગ્રહ કરતા નથી. ભગવાન જેઓ ધણી છે. તે દરરોજ અમારી વ્યવસ્થા કરે જ છે. તે કીડીને કણ અને હાથીને મણ આપી જ રહે છે. આપનો આભાર માનું છું."

અનેક પેઢીઓની ચિંતા કરતો સંપત્તિવાન માણસ આશ્ચર્યચકિત થઈ ગયો. નાનપણમાં સાંભળેલી સાખીનું તેને એકાએક સ્મરણ થઈ આવ્યું:

"ગોધન, ગજ ધન, બાજિધન, ઔર રતન ધન ખાન;
જબ મિલી હૈ સંતોપ ધન, સબ ધન ધૂરિ સમાન."

34
ધનનું મહત્વ

તપસ્વી જુન્નુન મિસરી. તેઓ મિસરા ઇજિપ્ત ના રહેવાસી હતા એટલે મિસરી તરીકે ઓળખાતા. એક દિવસ એક છોકરો મહર્ષિ જુન્નુન પાસે આવ્યો અને બોલ્યો: "તપસ્વી મને વારસામાં લાખ મુદ્રાઓ મળી છે. આ મુદ્રાઓ હું તમારી સેવામાં ખરચવાની ઈચ્છા રાખું છું." તપસ્વીએ તેને તરત પ્રશ્ન કર્યો: "તારી ઉંમર 21 વર્ષની થઈ છે?"

છોકરાએ ના પાડી એટલે મહાત્મા જુન્નુને કહ્યું: "તો અત્યારે દાન કરવાનો તારો અધિકાર નથી. યોગ્ય ઉંમર થાય ત્યાં સુધી ધીરજ રાખ."

કેટલાક વરસો વીત્યા પછી એ છોકરો મુખ્ય વયનો થઈ ગયો અને તપસ્વી જુન્નુનનો શિષ્ય બન્યો. તેની પાસેની બધી જ દોલત તેણે તપસ્વી ફકીરોમાં વહેંચી દીધી. તેણે પોતાની પાસે કાંઈ જ રાખ્યું નહીં. અમુક સમય વિત્યાં પછી તે પહેલા તપસ્વીઓ પાસે પહોંચી ગયો. ફકીરો પાસે દ્રવ્ય જોવામાં ન આવ્યું એટલે તે હતાશ થઈ બોલી ઉઠ્યો: "અરેરે, હવે મારી પાસે કાંઈ નથી. જો બીજી લાખ મુદ્રા મારી પાસે હોત તો તે પણ આ ફકીરોને ચોક્કસ આપી દેત."

મહાત્મા જુન્નુને યુવાનના આ શબ્દો સાંભળી કહ્યું કે આ યુવાનને હજી ધર્મનો સાચો માર્ગ પ્રાપ્ત થયો નથી. હજી તેને સાંસારિક દ્રવ્ય જ બહુ કીમતી લાગ્યા કરે છે. તેનો દ્રવ્ય મોહ છોડાવવા તેમણે કહ્યું: "ભાઈ! તું ઔષધવાળાની દુકાને જા અને ત્યાંથી ત્રણ તોલા અમુક ઔષધી લઈ આવ."

યુવાન ઔષધી લઈ આવ્યો એટલે તેણે કહ્યું: "આ ઔષધનો ભૂકો કર અને તેલ ભેળવીને તેની ત્રણ ગોળીઓ બનાવ. પછી દરેક ગોળીમાં સોય વડે કાણું પાડીને મારી પાસે લાવ."

યુવાને આ મહાત્માની સૂચના પ્રમાણે કર્યુ. પછી એ ત્રણ ગોળીને પોતાના હાથમાં લઈને

ફુક મારી. થોડીવારમાં એ ગોળીઓ લાલ રંગના માણેકો બની ગઈ. પેલા યુવાને કદી માણેક જોયા નહોતા. મહાત્મા જૂજ્જુને તેને ત્રણેય માણેક લઈને બજારમાં જવાનું અને તેનું કેટલું મૂલ્ય થાય છે તે જાણી લાવવા કહ્યું. પણ વેચી દેવાની ના પાડી.

યુવક બજારમાં ગયો અને ઝવેરીને માણેક બતાવ્યા. ઝવેરીએ પ્રત્યેક માણેકની કિંમત લાખ મુદ્રા કહી. તેણે મહર્ષિને આવીને વાત કરી એટલે મહાત્માએ કહ્યું: "એ ત્રણેયનો હવે ભૂકો કરી નાખ અને તેને પાણીમાં નાખી દે. હવે સમજ કે આ બધા તપસ્વીઓ તેમની પાસે ધન નહીં હોવાથી દુઃખી નથી, પણ દ્રવ્ય દ્વારા સ્વેચ્છાચારી થવા ઇચ્છતા નથી. તેમની અભિલાષા માત્ર તપ અને ધર્મરુપી ધન મેળવવાની છે.

35
મત્સ્યેન્દ્રનાથ અને ગોરખનાથ

મત્સ્યેન્દ્રનાથ અને ગોરખનાથ એક જંગલમાંથી પસાર થઈ રહ્યા હતા. ગણતરી એવી હતી કે અંધારું થતાં પહેલાં જંગલ વટાવી જવાશે અને ગામને સીમાડે પહોંચી જવાશે. પ્રવાસમાં મત્સ્યેન્દ્રનાથે સોનાની કેટલીક ઈંટો ગોરખનાથને આપેલી. ગોરખનાથને થયું સોનાની આપણે જરૂર નથી. નકામો બોજો ક્યાં ઊંચકી જવો! વળી પાસે આટલું બધું સોનુ હોય તો જોખમેય ખરું. તેમણે જંગલમાં પ્રવેશ કરતા પહેલા જ એક ફૂવો આવતો હતો તેમાં સોનાની ઈંટો ફેંકી દીધી. મત્સ્યેન્દ્રનાથને તેની ખબર નહોતી. તેઓ તીવ્ર ઝડપે આગળ ચાલી રહ્યા હતા.

પ્રવાસ દરમિયાન રસ્તો ધાર્યા કરતા લાંબો નીકળ્યો અને જંગલમાં જ રાત્રી પસાર કરવાની આવી. એક ઘટાદાર વૃક્ષ નીચે તેમણે પડાવ નાખ્યો. ગુરુ મત્સ્યેન્દ્રનાથે ગોરખનાથને પૂછ્યું: "આ સ્થાન પર રાત્રી વિતાવવામાં કોઈ જાતનો ભય નથી ને?" ગોરખનાથે કહ્યું: "ગુરુદેવ, ભયને મેં અગાઉથી જ ફૂવામાં નાખી દીધો છે!"

36

દુઃખની ખીણ

કોઈ એક મોટી નગરીમાં પશ્ચિમ છેડે નજમા નામની છોકરી રહેતી હતી. તેના પિતાને સૂતર કાંતવાનો મોટો ધંધો હતો આ તવંગર પિતાએ એક દિવસ પુત્રી નજમાને કહ્યું: "પુત્રી, ચાલ આપણે ધંધાર્થે સાગર મધ્યે આવેલા ટાપુઓના પ્રવાસે જઈએ. એવું બને કે ત્યાં તને કોઈ સ્વરૂપવાન યુવાન મળી જાય, જે સારી સ્થિતિવાળો હોય અને તું તેની સાથે પરણવા ઇચ્છુક હોય."

પિતા અને પુત્રી પ્રવાસે નીકળ્યા. તેઓ ધંધાર્થે એક ટાપુ પરથી બીજા ટાપુ પર જતા; નજમાં પિતા સાથે રહેતી, પણ તેનું લક્ષ્ય પતિ પ્રાપ્ત કરવાનું હતું. એક દિવસ તેઓ ભૂમધ્ય સમુદ્રમાં આવેલા ક્રેટે ટાપુ તરફ જઈ રહ્યા હતા. ત્યારે જબરું વાવાઝોડું ફૂંકાયું અને તેઓ જેમાં પ્રવાસ કરી રહ્યા હતા તે જહાજ તૂટી પડ્યું. નજમા બેભાન અવસ્થામાં એલક્ ઝાન્ડ્રિયાના સાગર કિનારે ફેંકાઈ ગઈ. તેના પિતા મૃત્યુ પામ્યા. નજમા તદ્દન નિરાધાર બની ગઈ.

તે થોડી ભાનમાં આવી ત્યારે પોતે કોણ છે તેની ઝાંખી સ્મૃતિ થઈ, પણ જહાજ તૂટવાના અનુભવને કારણે તેમજ સાગરનાં તોફાની જળને લીધે તે ખૂબ જ થાકી ગઈ હતી. તે દરિયાકાંઠા પરની રેતી પર આમતેમ આંટા મારતી હતી ત્યાં એક વણકર કુટુંબનો તેને મેળાપ થઈ ગયો. આ માણસો ગરીબ હતા, છતાં નજમાને તેના નાના ઘરમાં લઈ ગયા. ત્યાં તેને વણાટ કામની તાલીમ મળી. એક બે વર્ષમાં તો તેને પ્રાપ્ત થયેલા નવા જીવનમાં તે ગોઠવાઈ ગઈ. પિતાનું સુખ ગુમાવ્યાનો તેને વસવસો થતો, પણ ભાગ્યમાં જે આવી મળ્યું તેની સાથે તેણે સમાધાન કરી લીધું. પણ એક દિવસ કોઈ કારણસર તે સાગર કિનારે ગયેલી ત્યારે ગુલામોનો વેપાર કરતી ટોળી ત્યાં ઉતરી પડી અને અન્ય માણસો સાથે નજમાને પણ ટોળીના માણસો ઉપાડી ગયા.

તેણે તેના ભાગ્ય પર ખૂબ વિલાપ કર્યો, પણ ટોળીના માણસોએ તેના પ્રત્યે સહેજ પણ

દયા ન બતાવી. તેઓ તેને ઈસ્તંબૂલ લઈ ગયા અને ગુલામડી તરીકે તેને વેચી દીધી.

તેના જીવનની આ બીજી મોટી દુર્ઘટના હતી. નસીબયોગે તે દિવસે ગુલામોને ખરીદનાર માણસોની સંખ્યા એકદમ ઓછી હતી. તેમાંના એક માણસને લાકડનો વાડો હતો. તેમાં તે વહાણ માટે ડોલકુવા બનાવતો. તેને ગુલામોની જરૂર હતી. તેણે કમભાગી નજમાની ભિન્નતા જોઈને તેને ખરીદવાનું નક્કી કરી લીધું. તેને થયું કે આ છોકરી ગુલામડી તરીકે બીજે જશે તો દુઃખી થઈ જશે. તેના કરતા હું તેને કાંઈક સારી રીતે રાખી શકીશ.

તે નજમાને પોતાને ઘેર લઈ ગયો. નજમાએ માલિકની પત્નીની દાસી તરીકે કામ કરવાનું હતું, પણ તે નજમાને લઈને તેને ઘરે પહોંચ્યો ત્યારે તેણે જાણ્યું કે ચાંચિયાઓ તેનો બધો માલ સામાન ઉપાડી ગયા છે અને તેની બધી સંપત્તિ લૂંટાઈ ગઈ છે. એટલે તેણે અન્ય કામદારોને છૂટા કરી દીધા. હવે ડોલકુવો કે ડોલકાઠી નિર્માણ કરવાની તમામ જવાબદારી માલિક, તેની પત્ની અને નજમા પર આવી ગઈ.

નજમા તેના માલિકનો અંતરથી ખૂબ આભાર માનતી કારણ કે, માલિકે તેને ઘોર સંકટમાંથી બચાવી લીધી હતી. તે મન મૂકીને અને ઉત્સાહથી માલિકનું કામ સારી રીતે કરતી એટલે માલિકે તેને સ્વતંત્રતા આપી હતી અને તે માલિકની વિશ્વાસપાત્ર સહાયક બની ગઈ હતી. આ રીતે તેનું જીવન ગોઠવાઈ ગયું હતું અને તે પ્રમાણમાં સુખી હતી.

એક દિવસ માલિકે તેને કહ્યું: "નજમા, તારે મારા એજન્ટ તરીકે માલવાહક જહાજોના કાફલા સાથે જાવા-સુમાત્રા જવાનું છે. તારે ત્યાં જઈને આપણો માલ નફો લઈને વેચી દેવાનો છે."

માલિકની આજ્ઞા થવાથી તે એક જહાજમાં રવાના થઈ. જાવા-સુમાત્રા વહાણ પહોંચે તે પહેલાં જ ચીની સાગરમાં આકરો વંટોળીયો ઉઠ્યો અને નજમા એક અજાણ્યા પ્રદેશના સાગરકાંઠે ફેંકાઈ ગઈ. ત્યાં રડી રડીને તેની આંખો સૂજી ગઈ. તેને થયું કે તેના જીવનમાં તેની ધારણા અનુસાર કાંઈ જ થતું નથી. જ્યારે જ્યારે તેના જીવનમાં થોડી સ્થિરતા આવી ત્યારે ત્યારે એવું કાંઈક બન્યું છે, જેને લીધે તેની સકલ આશાઓ નષ્ટ થઈ ગઈ છે.

"ત્રીજી વાર આમ કેમ બન્યું." તે ચીસ પાડી ઊઠી અને કહેવા લાગી: "હું જ્યારે કાંઈક કરવા ધારું છું ત્યારે કેમ દુઃખ આવીને ઊભું રહે છે? મારા જીવનમાં કમભાગી ઘટનાઓનું પુનરાવર્તન કેમ થાય છે?" તેના પ્રશ્નોનો કોઈ ઉત્તર નહોતો. તે રેતીમાંથી બેઠી થઈ અને દેશના અંદરના ભાગ તરફ ચાલવા લાગી.

એ પ્રદેશમાં નજમા વિશે કોઈએ સાંભળ્યું નહોતું અને તેને પડેલી આપત્તિઓ વિશે કોઈ જાણતું નહોતું; પણ એ પ્રદેશમાં ઘણા સમયથી એક દંત કથા ચાલી રહી હતી કે એક દિવસ

સાગરકાંઠે કોઈ અજાણ સ્ત્રી આવી પહોંચશે અને સમ્રાટ માટે તંબુ બનાવવાની તેનામાં આવડત હશે. તે પ્રદેશમાં કોઈ પણ મનુષ્યને તંબુ કેમ બનાવવો તે આવડતું નહોતું, એટલે સૌ કોઈ ભવિષ્યવાણી સાચી પડે તેની આતુરતાપૂર્વક રાહ જોતા હતા.

સાગર કિનારે અચાનક કોઈ સ્ત્રી આવી પહોંચે અને ક્યાંય આધી પાછી ન થઈ જાય તે માટે ગાદી પર બેઠેલો સમ્રાટ ખબર આપનારાઓની જડબેસલાક વ્યવસ્થા રાખતો. આ ખબર પત્રીઓ પ્રદેશના તમામ નગરોમાં અને ગ્રામ્ય વિસ્તારોમાં ફરતા અને કોઈ પરદેશી નારી આવી છે કે નહીં તેની તપાસ કરતા. તેમને આદેશ મળેલો હતો કે એવી અજાણી પરદેશી સ્ત્રી મળે તો તેને સમ્રાટની કચેરીમાં હાજર કરવી.

નજમાને તે પ્રદેશની ભાષા આવડતી નહોતી તેમજ તે પ્રદેશના માણસો નજમાની ભાષા સમજતા નહોતા. લોકોનું કુતુહલ એટલું જોરદાર હતું કે તેમણે એક દ્ભાશિયો શોધી કાઢ્યો અને નજમાને કહેવામાં આવ્યું કે તેણે સમ્રાટની કચેરીમાં હાજર રહેવું પડશે.

નજમાને સમ્રાટ સમક્ષ હાજર કરવામાં આવી ત્યારે તેણે તેને પૂછ્યું: "તને તંબુ બનાવતા આવડે છે?" નજમાએ પ્રત્યુત્તરમાં કહ્યું: "હા, હું તે કામ કરી શકું." તેણે દોરડાની માંગણી કરી, પણ દોરડું હતું જ નહીં. નજમાએ સૂતર મેળવી દોરડું બનાવ્યું. પછી તેણે ખૂબ મજબૂત બાંધાના કાપડની માંગણી કરી, પણ તે પ્રદેશમાં એવું મજબૂત કાપડ હતું જ નહીં. નજમાને વણકર કામનો અગાઉનો અનુભવ અહીં ખપમાં આવ્યો. તેણે તંબુ માટે મજબૂત એવું કાપડ વણ્યું. હવે તેને તંબુ ઊભો કરવા માટે વાંસની જરૂર હતી. એ પ્રદેશમાં વાંસ પણ નહોતા. નજમાને લાકડાના માલિકને ત્યાં લીધેલી તાલીમ મદદરૂપ થઈ. તેણે તંબુ ઊભો કરવા માટેના વાંસ બનાવી દીધા. અત્યાર સુધીમાં તેને જે જે અનુભવો થયા હતા તે તમામને કામે લગાડી દીધા, એટલે સમ્રાટ ઇચ્છતો હતો તેવો તંબુ તૈયાર થઈ ગયો.

તંબુ જોઈ સમ્રાટ અતિ પ્રસન્ન થયો. તેણે નજમાને કહ્યું: "તારી જ કોઈ ઇચ્છા હોય તે હું પૂરી કરીશ." નજમાએ સમ્રાટના જ પ્રદેશમાં વસવાની ઈચ્છા કરી. સમ્રાટે તેને સ્વીકૃતિ આપી પછી તે એક સ્વરૂપવાન રાજકુમાર સાથે પરણી અને સુખપૂર્વક જીવન વિતાવવા લાગી. તેને સરસ સંતાનો થયા. નજમાં ઝરૂખામાં બેસી ક્યારેક વિચારમાં ડૂબી જતી. તેને થતું કે સમય પૂરતા દુ:ખકારક લાગતા અનુભવો પણ મૂળભૂત સુખને પ્રાપ્ત કરવામાં કોઈને કોઈ રીતે મહત્વનો ભાગ ભજવતા હોય છે.

37
સમૂહનો પ્રભાવ

એક ભરવાડે પશુઓના મેળામાંથી એક સરસ બકરી ખરીદી. ખરેખર તો તેને બકરીને બદલે લવારું અથવા બકરીનું બચ્ચું કહેવું જોઈએ. કારણકે તેનો ઈરાદો લવારું ખરીદવાનો હતો.

ભરવાડનું ગામ ત્રણેક માઈલ જેટલું દૂર હતું. એટલે બચ્ચું ખરીદી તે તરફ રવાના થયો. ઘણા સમયની પોતાની ઈચ્છા પૂરી થઈ એટલે તે મનોમન હરખાતો હતો. થોડું અંતર કાપ્યું હશે ત્યાં તેને રસ્તામાં એક ઉજળા વસ્ત્રો પહેરેલો માણસ મળ્યો. તેણે ભરવાડને સંબોધીને રામ... રામ... કર્યા અને કહેવા લાગ્યો: "તે આ શું પરાક્રમ કર્યું ! મેળામાંથી કાળિયું ફતરું ખરીદી લાવ્યો અને તેને ખભે ઊંચકીને લઈ જાય છે! ગામમાં ફતરાં ઓછા છે કે રુપિયા ખચીને ફતરું ખરીધું?"

ભરવાડ વિચારમાં પડી ગયો. તેને ખબર હતી કે તેણે બકરીનું બચ્ચું જ ખરીધું છે. એટલે તેણે કહ્યું: "ભાઈ, મારી મશ્કરી ન કરો. હું ભરવાડ છું. બકરું અને ફતરું મને ન ઓળખાય?" પેલા માણસે ઠાવકું મો કરી કહ્યું: "હું તો તારા ભલા માટે કહું છું. તને કાંઈક ભ્રમ થઈ ગયો લાગે છે. ઘરે જઈશ અને ઘરવાળી તને ઉધડો લેશે એટલે ખબર પડશે. લોકો આગળ તું મૂર્ખ ઠરવાનો છે."

આટલું કહી તે રવાના થઈ ગયો. ભરવાડના મનમાં સંશયનો કીડો દાખલ કરતો ગયો. ભરવાડ આગળ ચાલ્યો. દોઢ એક માઈલ જેટલું અંતર કાઢ્યું હશે ત્યાં તેને બીજો માણસ મળ્યો. તેણે પણ પ્રથમ માણસની જેમ ભરવાડને કહ્યું: "ભાઈ, મેળામાંથી આવતો લાગે છે. હું પણ ત્યાં જ જઈ રહ્યો છું. તારે ત્યાં બકરા ઘેટા ઘણા હશે. તેમની રખેવાળી કરવા ફતરાની જરૂર પડે. મેળામાંથી દેખાવડું ફતરું મળી ગયું લાગે છે. તેને ખભે કેમ બેસાડ્યું છે? આ કાંઈ ગલુડિયું નથી કે ચાલી ન શકે. તેને હેઠું ઉતાર અને ચલાવીને લઈ જા; નહીંતર લોકો મશ્કરી કરશે." ભરવાડને થયું: "અરે, મેં નિશ્ચિતપણે લવારું જ ખરીધું છે. આ માણસને

પણ ફતરું જ દેખાય છે! મારી નજરમાં આટલો ભ્રમ ક્યારેય નથી થયો!" છતાં તેણે બીજા માણસની વાત ન સ્વીકારી અને આગળ ચાલ્યો . ગામ સમીપ આવી રહ્યું હતું ત્યાં તેને ત્રીજો માણસ મળી ગયો. તેણે પણ ભરવાડને ટપાર્યો. ત્રણે જણા જેને ફતરું માનતા હોય તેને પોતે બકરીનું બચ્યું માની બેઠો છે એવી શંકા દ્રઢ થતાં તેણે બચ્ચાને ખભા પરથી ઉતારી ભોય પર મૂકી દીધું. અને પોતે કેવો છેતરાઈ ગયો તેનો વસવસો કરવા લાગ્યો. તેને પોતાની બુદ્ધિ પરથી વિશ્વાસ ઉઠી ગયો. તે બચ્ચાને ત્યાં ને ત્યાં જ મૂકીને ચાલતો થયો. ઠગોનું કામ થઈ ગયું. તેમને બકરીનું બચ્યું મફતમાં મળી ગયું!

38
ક્રિકેટ મેચ

એક શાળાના વિદ્યાર્થીઓને ક્રિકેટ મેચનું જીવંત પ્રસારણ જોવું હતું, પણ ટ્યુશન-ક્લાસનો શિક્ષક મેચ જોવા માટે વિદ્યાર્થીઓને રજા આપી દે તે શક્ય નહોતું. વિદ્યાર્થીઓ ક્લાસમાંથી છટકવા માગતા હતા. એક બુદ્ધિશાળી વિદ્યાર્થીએ કહ્યું: "વર્ગને બંધ રાખવો હોય તો એક સરસ ઉપાય છે. આપણે શિક્ષકના મનમાં બરાબર ઠસાવી દેવું જોઈએ કે તેમની તબિયત બરાબર નથી." એક વિદ્યાર્થી શિક્ષકને કોઈ વાત ભાગ્યે જ ઠસાવી શકે. એટલે તેમણે છુટ્ટી મેળવવા વ્યવસ્થિત આયોજન કર્યું. બધા વિદ્યાર્થીઓ એકની એક વાત કહેવા તૈયાર થઈ ગયા! વર્ગનો સમય થયો એટલે શિક્ષક આવી પહોંચ્યા. તેઓ ખુરશીમાં બેઠા કે તરત જ છોકરાઓ વારાફરતી કહેવા લાગ્યા: "સાહેબ, તમે આજે ખોટું સાહસ કર્યું. આવી ખરાબ તબિયતે વર્ગ લેવા લાંબા થવાનું હશે! તમારું મોં કેવું વિકૃત થઈ ગયું છે. તમે તદ્દન નંખાઈ ગયા હો તેવા લાગો છો!" પોતાની તબિયત વિશે આઠ દસ છોકરા એક સરખી વાત કરવા લાગ્યા, એટલે શિક્ષક વિચારમાં પડી ગયા: "હું તો સાવ સાજો સમો છું. મને તો કાંઈ થયું નથી." તેમણે છોકરાઓને કહ્યું પણ ખરું: "તમારી ધારણા ખોટી છે. મને કાંઈ જ થયું નથી." શિક્ષક પોતાનો વિશેષ બચાવ કરે તે પહેલાં જ અન્ય વિદ્યાર્થીઓ પણ શિક્ષકની તબિયત વિશે ચિંતા વ્યક્ત કરવા લાગ્યા! ઘણા બધા વિદ્યાર્થીઓનો એકસરખો અભિપ્રાય સાંભળી શિક્ષકને થયું: "હું ચોક્કસ બીમાર હોઈશ. તેમને થયું, આટલા બધા છોકરાઓ ખોટા અને પોતે જ સાચા, એ માન્યતા બરાબર નથી." તેમના શરીરમાં ધ્રૂજારી આવી ગઈ. તેઓ ઘરે પાછા જવા નીકળ્યા ત્યારે ચાર છોકરાઓ તેમને ઘરના નાકા સુધી મૂકવા ગયા. શિક્ષકે ઘરે પહોંચી પત્નીને કહ્યું: "મારી તબિયતમાં મોટી ગરબડ લાગે છે." પત્નીએ કહ્યું: "તમે સાજા સમા અહીંથી ગયા અને એકાએક શું થઈ ગયું? મને તો તમારી તબિયત ઘણી સારી લાગે છે." શિક્ષક પત્નીની વાત માનવા તૈયાર ન થયા. તેઓ ઢગલો થઈ ભોંય પર બેસી ગયા. પછી કહે: "મને ખૂબ ચક્કર આવવા માંડ્યા છે. જલદી પથારી ભેગો કર, નહીંતર મારા રામ રમી જશે. શિક્ષક-પત્નીએ ઝટ ઝટ પથારી કરી તેમને સુવડાવ્યા અને પંખો નાખવા લાગી. છોકરાઓ પોતપોતાને ઘરે ક્રિકેટ મેચનો આનંદ માણી રહ્યા હતા, ત્યારે શિક્ષક અને તેની પત્ની અણધારી ચિંતામાં મુકાઈ ગયા!

39
સૂક્ષ્મ દ્રષ્ટિ

કોઈ એક સમયે એક ગરીબ ભરવાડ થઈ ગયો. તે બકરા રાખીને તેનું ગુજરાન ચલાવતો. તે દરરોજ કેટલાંક બકરાં એક ટેકરી પર ચરાવવા લઈ જતો. તે ટેકરીની તળેટીમાં જે ગામડું હતું ત્યાં તે તેના પરિવાર સાથે રહેતો હતો. બકરાંને રોજ તાજો ચારો મળી રહે તે માટે તે ટેકરીના અલગ અલગ ભાગમાં જતો. તે બહેરો હતો, પણ તેથી તેને રોજબરોજના જીવનમાં વાંધો આવતો નહિ. એક દિવસ તેની પત્ની તેને બપોરનું ભાત આપવાનું ભૂલી ગઈ. તે દિવસે તેણે છોકરાને પણ ભાત આપવા મોકલ્યો નહીં, જે સામાન્ય રીતે તે મોકલતી અને પોતાની ભૂલ સુધારી લેતી. સૂર્ય મધ્યાહને આવ્યો તોય ભાત ન આવ્યું એટલે ભરવાડે વિચાર કર્યો કે ઘરે જઈ ભાત લઈ આવું. હું સૂર્યાસ્ત સુધી આમ ને આમ તદ્દન ભૂખ્યો રહી શકું નહીં; ત્યાં તેની નજર એક માણસ પર પડી તે માણસ ટેકરી પરનાં ઝાંખરાં કાપી રહ્યો હતો.

ભરવાડે તેની પાસે જઈને કહ્યું: "ભાઈ, તું મારા બકરાં પર ધ્યાન રાખજે અને જોજે કે એક પણ બકરું આઘું પાછું ન થઈ જાય. આજે મારી પત્નીએ મૂરખામી કરી બપોરનું ભાત જ મોકલ્યું નથી અને મારે ગામમાં જઈ લઈ આવવું પડશે." કમનસીબે ઝાંખરાં કાપનારો માણસ પણ બહેરો હતો. ભરવાડની વાત તે સમજી શક્યો નહીં. તેણે તેની વાતનો ઉલટો જ અર્થ કર્યો. તેણે પ્રત્યુતરમાં કહ્યું: "હું મારા પશુઓ માટે આ બધું કાપી રહ્યો છું, તેમાંથી તને શા માટે આપું? મારે એક ગાય અને બે ઘેટા છે અને તેમના ચારા માટે ક્યાંનું ક્યાં ભટકવું પડે છે. જે મેં એકત્રિત કર્યું છે તેમાંથી તને કાંઈ પણ મળશે એવી આશા જ ન રાખતો.

તેણે કઠોર હાસ્ય કરી તેની હાંસી કરતો હોય તેમ હાથ હલાવ્યો. તે શું કહે છે તે ભરવાડ સમજી શક્યો નહીં. તેણે કહ્યું: "ભાઈ, તમારો આભાર માનું છું. તમે મારી વાત સ્વીકારી ભલા મિત્રનું કામ કર્યું છે. હું બને તેટલો વહેલો પાછો આવી જઈશ. ભગવાન તમારું ભલું કરે. તમે મારા મનને રાહત આપી છે." આટલું કહીને તે ગામ તરફ દોડ્યો અને ઝૂંપડીએ પહોંચીને જોયું તો પત્ની તાવથી પીડાતી હતી અને પડોશણ તેની સહાયમાં હતી. તે ભાતની પોટલી ઉપાડી ટેકરી તરફ દોડ્યો. તેણે કાળજીપૂર્વક બકરાં ગણ્યાં તો કોઈ બકરું આઘું પાછું થયું નહોતું.

ઝાંખરાં-ડાંખળાં કાપનારો તેના કામમાં રચ્યો પચ્યો હતો. તેને જોઈ ભરવાડ મનોમન બોલ્યો: "આ માણસ અતિ વિશ્વાસ મૂકવા લાયક છે. મારા બકરાં આધાં પાછાં ન થઈ જાય તેની તેણે કાળજી લીધી છે અને પોતે જે સેવા બજાવી તેને માટે આભારની પણ અપેક્ષા રાખતો નથી! હું જેને મારવા ઇચ્છતો હતો તે ખોડી બકરી તેને આપી દઈશ, જેથી તેના કુટુંબને આજે રાત્રે સારું ભોજન મળશે." તેણે પેલી બકરીને ખભા પર ઉચકી લીધી અને દોડતો દોડતો પેલા માણસ પાસે પહોંચી કહેવા લાગ્યો: "હું ગામમાં ગયો ત્યારે તેં મારા બકરાંની સંભાળ રાખી તેના બદલામાં હું તારે માટે આ ભેટ લાવ્યો છું. મારી કમભાગી પત્ની તાવથી પીડાય છે. તું આ બકરીને લઈ જા અને તમે સૌ તેનું ઉત્તમ ભોજન કરજો. તે એક પગે ખોડી છે એટલે આમેય હું તેને મારવાનો હતો."

પેલો બહેરો માણસ ભરવાડની વાત કઈ રીતે સમજે? તે રોષે ભરીને બરાડી ઉઠ્યો: "નીચ ભરવાડ, તું ગયો પછી મેં તારા બકરાં તરફ જોયું પણ નથી. તારા આ દૃષ્ટ પ્રાણીના પગને માટે હું કેવી રીતે જવાબદાર હોઈ શકું? હું તો ઝાંખરાં-ડાંખળાં કાપવામાં રોકાયેલો હતો. તારી બકરી કેમ લંગડી થઈ તેની મને ખબર નથી. ભાગ અહીંથી, નહીંતર મારા હાથનો માર ખાવો પડશે."

માણસના રોષે ભરાયેલા હાવભાવથી ભરવાડને આશ્ચર્ય થયું, પણ તે શું કહી રહ્યો હતો તે તેને સંભળાતું નહોતું. એટલે તેણે પાસેથી પસાર થઈ રહેલા વટેમાર્ગુને બોલાવ્યો. તે સુંદર અશ્વ પર સવારી કરીને જતો હતો. તેણે તેને કહ્યું: "ખાનદાન સ્વામી, મારે આપને વિનંતી કરવાની છે. હું બહેરો છું. આ ઝાંખરાં-ડાંખળાં કાપનારો શું કહી રહ્યો છે તે સમજતો નથી. હું તેને બકરી ભેટ આપવા માંગુ છું અને તે સંતાપપૂર્વક મારો તિરસ્કાર કરે છે."

પછી ભરવાડ અને પેલો માણસ મોટે અવાજે વટેમાર્ગુને કાંઈક કહેવા લાગ્યા. એટલે તે અશ્વ પરથી નીચે ઉતર્યો અને બંને પાસે ગયો. આમ તો તે અશ્વ ચોર હતો પણ તદ્દન બહેરો હતો. આ બંને જણા બૂમો પાડીને શું કહેતા હતા તે તેને સમજાતું નહોતું. તેણે જોયું કે બંને માણસ ધમકી આપતા હોય તેવા હાવભાવ કરતા હતા. તેણે તેમને કહ્યું: "ભાઈઓ, તમારી વાત સાચી છે. હું કબૂલ કરું છું કે મેં ઘોડો ચોર્યો છે, પણ મને ખબર નહોતી કે તે તમારો છે. મને ક્ષમા કરો. હું લાલચમાં પકડાઈ ગયો અને અવિચારી કૃત્ય કરી બેઠો."

"મારે આ ખોડી બકરી સાથે કાંઈ લેવાદેવા નથી." ઝાંખરાં કાપનારે કહ્યું.

ભરવાડે કહ્યું: "તે મારી ભેટ શા માટે સ્વીકારતો નથી તે મને કહે. હું તેની કદર કરવા માટે જ આ ભેટ આપતો હતો."

ચોરે કહ્યું: "મેં ઘોડો ચોર્યો છે તે હું ચોક્કસ કબૂલ કરું છું, પણ હું બહેરો છું એટલે તમારામાંથી

કોણ આ ઘોડાનો માલિક છે તે સમજી શકતો નથી."

આવી મનફાવતી વાતો થતી હતી ત્યાં એક વૃદ્ધ દરવેશ જોવામાં આવ્યો. તે ધૂળીયા રસ્તા પર ચાલતો ગામ તરફ જઈ રહ્યો હતો. ઝાંખરાં કાપનારો તેની પાસે દોડી ગયો અને તેનો ઝભ્ભો ખેંચી કહેવા લાગ્યો: "પૂજનીય દરવેશ, હું બહેરો છું. આ બે માણસો શું કહે છે તે હું બિલકુલ સમજી શકતો નથી. તે બંને શા માટે બૂમો પાડી રહ્યા છે તે કૃપા કરી મને સમજાવો."

દરવેશ મૂંગો હતો એટલે તેને જવાબ આપી શક્યો નહીં. પણ તે તેમની સમીપ ગયો અને ત્રણેય બહેરા માણસોના ચહેરાઓના હાવભાવ ઝીણવટ પૂર્વક જોવા લાગ્યો, કારણકે તેઓ બોલતા બંધ થઈ ગયા હતા.

તેણે વારાફરતી ત્રણેયના ચહેરા પર સૂક્ષ્મ દ્રષ્ટિથી લાંબા સમય સુધી જોયા કર્યું એટલે ત્રણેય અસ્વસ્થ થઈ ગયા.

દરવેશની ચળકતી કાળી આંખોની દ્રષ્ટિએ તેમની આંખોમાં પ્રવેશ કર્યો. તે પરિસ્થિતિનો તાગ મેળવવા ઇચ્છતો હતો; પણ પ્રત્યેકને ભય લાગવા માંડ્યો કે દરવેશ તેના પર જાદુ કરશે અથવા તે કોઈ રીતે તેમની ઈચ્છા શક્તિ પર અંકુશ મેળવશે. પછી ચોર એકાએક અશ્વ પર સવાર થઈ ગયો અને ક્રોધે ભરાઈને ઝપાટાબંધ રવાના થઈ ગયો. ભરવાડ પણ તત્કાલ પોતાના બકરાંને એકત્રિત કરી ટેકરી પર દૂર દૂર લઈ ગયો. ઝાંખરાં કાપનાર બહેરા માણસને દરવેશની નજર ન પડે તેમ તેના નેત્રો ઢાળી દીધા; તેણે ઝાંખરાંની ગાંસડી બાંધી લીધી અને ખભા પર મૂકી ઘર તરફ રવાના થઈ ગયો.

દરવેશ તેનો પ્રવાસ ચાલુ રાખ્યો. તે મનોમન વિચારતો હતો કે વાણી વિચાર વિનિમય કરવા માટેનો નિરર્થક પ્રકાર છે. માણસને જો એ આપવામાં ન આવી હોત તો કાંઈ ફેર પડવાનો નહોતો.

40
સાર્થકતા

લંકા પર ચઢાઈ કરવા માટે સેતુ બાંધવો અતિ આવશ્યક હતો. રામની વાનરસેના સેતુની સહાય વિના સાગર ઓળંગી શકે તેમ નહોતી. એ કાર્ય અતિ વિકટ હતું; પણ વાનરોનો વિરાટ સમૂહ કામે લાગી ગયો અને સેતુ તૈયાર થઈ ગયો. હવે વાસ્તુપૂજન કર્યા વિના સેતુનો ઉપયોગ કરી શકાય નહીં. મોટો પ્રશ્ન એ હતો કે વાસ્તુપૂજન માટે બ્રાહ્મણ ક્યાંથી લાવવો? એમની પાસે વિરાટ સેના હતી, પણ તેમાં કોઈ બ્રાહ્મણ ન મળે. રામ-લક્ષ્મણ ક્ષત્રિય હતા અને બીજા બધા આદિવાસીઓ અને અરણ્યવાસીઓ. આજુબાજુ કોઈ વસ્તી વાળો પ્રદેશ નહોતો કે જ્યાંથી બ્રાહ્મણ લાવી શકાય.

લંકા પરનું આક્રમણ આમ પૂરેપૂરું ખોરંભે પડી ગયું હતું. ત્યાં એક રાક્ષસ સંદેશો લઈને આવ્યો. તેણે રામને કહ્યું: "મહારાજ, મને રાવણે મોકલ્યો છે. તેઓ લંકાના અને ત્રિલોકના અધિપતિ છે એ તમે જાણો છો. તેમનો તમારા પર એક સંદેશો છે. તેમના જ શબ્દોમાં હું એ સંદેશો તમને સંભળાવું છું: "મેં સાંભળ્યું છે કે વાસ્તુપૂજન ન થઈ શકવાથી તમારી વિરાટ સેના સાગર પાર કરી શકતી નથી. વાસ્તુપૂજન કરવા તમને બ્રાહ્મણ મળતો નથી; અને લંકા પર આક્રમણ કરવામાં વિલંબ થઈ રહ્યો છે."

"હું બ્રાહ્મણ છું. કોઈપણ જાણીતો કે અજાણ્યો યજમાન આવા સંકટમાં મુકાયો હોય ત્યારે તેને સહાય કરવી એ બ્રાહ્મણનો ધર્મ છે. તમે ઈચ્છો અને કહો કે વાસ્તુપૂજનની વિધિ એક બ્રાહ્મણ તરીકે મારે કરવી, તો મારી સંપૂર્ણ તૈયારી છે. તમે આ માણસ સાથે "હા" કહેદાવશો એટલે મારી મેળે હું આવી જઈશ."

રામચંદ્રએ સહેજ પણ ખચકાટ કે અવઢવ વિના રાવણના કહેનને સ્વીકારી લીધું. વાસ્તુપૂજન કરવાનું હતું ત્યાં રાવણ પહોંચી ગયો અને શાસ્ત્ર અનુસાર વિધિ કરાવી. રાવણ એ રીતે રામનો પુરોહિત બન્યો એટલે વિધિ પતી ગયા પછી રામે તેને ભાવપૂર્વક પ્રણામ કર્યા.

રાવણે કહ્યું: "હે યજમાન રામ! પરમાત્માની તમારા પર કૃપા વરસો. આ સેતુ તમારા કાર્યને સિદ્ધિ અપાવે. આ સેતુ તમને અમર કીર્તિ અપાવે!"

રાવણ વિધિ પતાવી લંકા પાછો ફર્યો. રામ એના પરમ શત્રુ હતા અને રામના એક મહા વાનરે લંકાને બાળી હતી. તો રામ લંકાને અને સમગ્ર રાક્ષસ કુળને ધમરોળી નાખશે એવી રાવણના મનમાં આશંકા હોય એ સંભવિત છે; છતાં રામ અને તેમની સેના માટે આટલી અનુકૂળતા બીજું કોણ કરી આપે?

41
વડીલો

એક ગામનો યુવાન પરણતો હતો. એમનું મિત્ર વર્તુળ ઘણું મોટું હતું. લગ્ન અગાઉ બે દિવસે બધા યુવાનો ભેગા થયા. તેમને થયું: જૂની પ્રથા તોડવી જોઈએ. તો શું કરવું? ઘણો વિચાર કર્યો, પણ ઘણી ખરી બાબતોમાં સ્વાર્થની આંચ આવતી હતી. છેવટે એવું નક્કી કર્યું કે કોઈપણ વૃદ્ધને જાનમાં ન લઈ જવા. વૃદ્ધોએ વિરોધ કર્યો, પણ વરરાજા એટલો મક્કમ હતો કે વૃદ્ધજનો જાનમાં આવવાનો આગ્રહ રાખે તો જાન જ ન જોડાય. જે જે ગામ જાન જવાની હતી ત્યાં પણ જાણ થઈ ગઈ કે જાનમાં માત્ર યુવાનો જ આવવાના છે. તે ગામના ડાહ્યા લોકોએ જાનમાંના યુવાનોને બોધપાઠ શીખવવાનો નિર્ણય કરી લીધો. એ વરસોમાં જાન ગાડામાં જતી. ઘણાં ગાડાં સુંદર રીતે શણગારવામાં આવ્યા. દરેક ગાડાં નીચે રાખેલી કંતાળની ઝોળીમાં બળદો માટે ઘાસચારો લેવામાં આવ્યો. જાન પક્ષના વૃદ્ધોને થયું કે એકાદ શાણા વૃદ્ધે ગાડા નીચે રાખેલી ઝોળીમાં ઘૂસી જવું, પણ સાથે જવું તો ખરું જ, નહીંતર યુવાનો ક્યાંક સામાપક્ષની યુક્તિમાં સપડાઈ જશે. એક વૃદ્ધ ગાડાં નીચે સંતાઈ ગયા. જાન સમયસર પહોંચી ગઈ. વાજતે ગાજતે સામૈયું થયું. ભવ્ય આગતા સ્વાગતતા કરવામાં આવી. યુવાનોને થયું કે વૃદ્ધ માણસોને ન લાવ્યા તેનો જ આ પ્રતાપ છે. નવી જ પેઢીનો મહિમા થાય છે! બધા આનંદમાં હતા. પ્રાથમિક વિધાઓ પતી ગયા પછી ભોજન સમારંભ હતો. કન્યા પક્ષના વડીલે જાનવાળાઓને કહ્યું કે અમારા ગામમાં એવો રિવાજ છે કે જાનમાં આવ્યા હોય તેટલા બધાને હાથે મોટા મોટા ચમચા બાંધવા અને એ જ હાથે જમવાનું. રિવાજ પ્રમાણે જાનૈયાઓને હાથે ચમચા બંધાઈ ગયા. સૌ ભોજન કરવા બેઠા. ગાડાં નીચે સંતાઈ ગયેલા વૃદ્ધજનને આ બાબતની ખબર પડી એટલે તેને તરત જ ખ્યાલ આવી ગયો કે ગામ લોકો અને વિશેષ કરીને કન્યા પક્ષ યુવાનોને બોધપાઠ શીખવાડવા માંગે છે. યુવાનો પણ ભારે મૂંઝવણમાં પડી ગયેલા. ખાવાનું સરસ હતું. પણ ખાવું કેમ? ચમચા બાંધેલા એટલે કાંડુ તો વળે નહીં! બધા યુવાનોનાં મોં પડી ગયેલા. ત્યાં વૃદ્ધજન આવી ગયા. તેમણે યુવાનોને કહ્યું: "એકબીજાના મોં સામે શું જોઈને બેઠા છો? મોઢામાં કોળીયો ન જાય તેની ચિંતા કેમ કરો છો? એકબીજાને સામે-સામે ખવડાવવા માંડો! આવો મોકો ક્યારે મળવાનો હતો!"

42

અન્યના વર્તન જોવા

હજરત અલી ખલીફા એક દિવસ નમાજ પૂરી થયા પછી તેઓ ધમી પદેશ આપી રહ્યા હતા. તે જ સમયે એક આરબ ત્યાં પહોંચી ગયો. અલી સાહેબ ઉપદેશ આપતા હતા તે જ વખતે તે મોટે મોટેથી અલી સાહેબનું અપમાન કરવા લાગ્યો. તેણે તેમને દુષ્ટ, ઢોંગી, લોકોને ઠગનારા તો કહ્યા જ, પણ સાથે સાથે તેણે એમ પણ કહ્યું કે ખલીફાનું પદ છોડી દેવું, નહીંતર દોજખમાં રહેવું પડશે. ઘણા બધા માણસોની હાજરીમાં પેલો આરબ ઢંગ -ધડા વિનાનું બોલવા લાગ્યો તે એકત્રિત થયેલા માણસોથી સહન ન થયું. તદ્દન સામાન્ય મનુષ્ય પેગંબર સાહેબના પ્રિય જમાઈ સાથે ખૂબ જ તોછડાઈ ભર્યું વર્તન કરે તે કેમ ચાલે? લોકો ઉશ્કેરાઈ જઈ અરબને મારવા તૈયાર થઈ ગયા. અલીસાહેબે તેમને શાંત પાડ્યા અને કહ્યું: "તમે તેને મારશો નહીં. તેની તકલીફો સમજવાની કોશિશ કરો. તેને પૂછો કે તેને કોઈ નિકટનો સ્વજન ગુમાવ્યો છે? તેને માથે દેવાનો બોજો છે? તેને અને તેના કુટુંબીજનોને પેટ ભરીને ખાવાનું મળે છે? તે કયાં કારણસર આટલી હતાશા અનુભવે છે?

લોકો અલીસાહેબની આજ્ઞાની અવગણના ન કરી શક્યા. તેને મારવા તૈયાર થયેલા લોકોમાંથી એક માણસ પેલા આરબ પાસે જઈ તેને પૂછવા લાગ્યો: "તારે શું મુશ્કેલી છે? તું આટલો બધો નારાજ કેમ છે? અલીસાહેબે તારું કાંઈ બગાડ્યું નથી, છતાં તું તેમના પર આટલો ગુસ્સે કેમ થયો છે? તું સહેજ પણ ગભરાયા વિના મને કહે."

આરબ થોડો સ્વસ્થ થયો. તેણે કહ્યું: "હું મોટો દેવાદાર છું. હું કરજ ભરી શકતો નથી એટલે એક શાહુકાર મને કેદમાં ધકેલવા તૈયાર થયો છે. મને મારી અને મારા કુટુંબની બહુ ચિંતા થાય છે. મને કોઈ ઉપાય જડતો નથી. ઘરે જઈશ એટલે શાહુકારની ભીંસમાં આવી જવાનો છું."

આ વાત હજરત અલીસાહેબ પાસે પહોંચી ત્યારે તેમની આંખો ભીની થઈ ગઈ. તેઓ સમજતા હતા કે અતિશય દુઃખી મનુષ્ય પાસેથી કોઈ અપેક્ષા ન રખાય. તેમણે તરત જ

એક માણસને આજ્ઞા કરી કે તત્કાલ મારે નિવાસસ્થાને જા અને બીબીજાન પાસેથી નાણાં ભરેલી કોથળી લઈ આવ. આ રૂમાલ તેમને આપજે એટલે તેને નાણાં મળી જશે.

નાણાં આવ્યા એટલે તેમણે પેલા આરબને બોલાવી તેના હાથમાં કોથળી મૂકી કહ્યું: "આ નાણાંમાંથી તારું કરજ ચૂકવજે અને વઘે તો તેમાંથી અનાજ લેજે."

આરબ અચંબામાં પડી ગયો. તે જેમને ગાળો દેતો હતો તેમણે ગાળની સામે ગાળ કે ધોલ ધપાટ ન કરતા તેની તકલીફ દૂર કરવાનો પ્રયત્ન કર્યો. તેના મુખ પર સ્મિતની રેખાઓ છવાઈ ગઈ. ઘડીભર તે અલીસાહેબને જોઈ રહ્યો અને સૌની હાજરીમાં અલીસાહેબનાં ચરણો પકડી લીધા. તેના નેત્રોમાંથી અશ્રુ વહી રહ્યા હતાં.

43

મહર્ષિ દયાનંદ સરસ્વતી

સંવત 1940 ઇસવીસન 1883ના ભાદરવા મહિનાની વદ ચૌદશે સ્વામીજીના રસોઇયા જગન્નાથે દૂધમાં ઝેર ભેળવીને સ્વામીજીને પીવડાવી દીધું. દૂધ પીધા પછી જે શારીરિક અસરો થવા માંડી તેથી સ્વામીજીને ખાતરી થઈ ગઈ કે હલાહલ ઝેર આપવામાં આવ્યું છે. આ ઝેર તેમની નસેનસમાં વ્યાપીને તેમના જીવનને નીચોવી રહ્યું હતું. સ્વામીજીનું વજ્ર જેવું મજબૂત શરીર તૂટવા લાગ્યું, છતાં પોતાને ઝેર આપવામાં આવ્યું છે તેની કોઈને વાત કરી નહીં. તેમણે જગન્નાથને પોતાની પાસે બોલાવીને કહ્યું: "જગન્નાથ, તે આ કાર્ય કર્યું તેને લીધે મારું જીવન કાર્ય અધૂરું રહી ગયું. તને ખબર નથી કે તેં લોકહિતને કેટલું નુકસાન પહોંચાડ્યું છે. જે થવાનું હતું તે થઈ ગયું. વિધાતાનું એવું વિધાન હશે. તારો દોષ કાઢવાનો શો અર્થ? લે, મારી પાસે થોડા રૂપિયા છે. તે તું લઈ લે અને અહીંથી નાસી જા. જોધપુર નરેશને ખબર પડશે કે તેં મને ઝેર આપ્યું છે તો તારા ટુકડે ટુકડા કરી નાખશે. તું નેપાળ જતો રહે. હું તારી વાત કોઈને નહીં કરું. ઉતાવળ કર. તું પણ આ વાત કોઈને કરતા નહીં."

પ્રાણ લેનારને પ્રાણનું દાન તો દયાનંદ સરસ્વતી જેવા મહાપુરુષ જ કરી શકે. જગતમાં દયા બતાવનારા ઘણા નીકળે, પણ આવી દયા તો દયાનંદ જેવી વિરલ વિભૂતિ જ દર્શાવી શકે. તેમના દેહને તપાસીને ડૉક્ટર ન્યુટન બોલી ઉઠેલા કે "અરે! આ પુરુષની નસેનસમાને રુવે રુવે ઝેર પ્રસરી ગયું છે, છતાં આમનું ચિત અદ્ભુત રીતે શાંત છે. આ શરીરનું માળખું મહાવ્યાધિની જ્વાલામાં ભડભડ બળી રહ્યું છે અને તેને દૂરથી જોનાર પણ કંપી ઊઠે તેમ છે. છતાં આ પુરુષ શાંતિથી પડ્યા રહે છે; જરાય હાલતા-ડોલતા નથી. ખરેખર! આ પુરુષ મહાન સાહસિક અને સહનશીલ છે." ત્યાં હાજર રહેલ એક હકીમે પણ કહ્યું: "ઝેર રગેરગમાં વ્યાપી ગયું છે, પણ આવી ધૈર્ય મૂર્તિ આખા ધરણીતલમાં મેં બીજે જોઈ નથી."

44
પારસમણિ

સાંજનો સમય હતો. સદ્ ગુરુ શિચિરી કોજુન પાઠ કરી રહ્યા હતા. એ જ સમયે એક ચોર ઝબકારા મારતી તીક્ષણ તલવાર સાથે તેમની કુટીરમાં દાખલ થયો અને તાડૂકી ઉઠ્યો: "કાં બધું ધન આપી દો કાં મરવા માટે તૈયાર થઈ જાવ."

સદ્ ગુરુ શિચિરીએ કહ્યું: "મને ખલેલ ન પહોંચાડીશ. પેલા નાના કબાટના ખાનામાં પૈસા છે;" એટલું કહી તેઓ ફરી સૂત્ર પાઠ કરવા લાગ્યા.

થોડીવાર પછી તેઓ પાઠ કરતા અટક્યા અને ચોરને કહ્યું: "અલ્યા, બધા પૈસા લઈ જતો નહીં. મારે આવતીકાલે થોડા પૈસા કોઈકને આપવાના છે."

ગુસણખોરે મોટા ભાગના પૈસા લઈ લીધા અને ચાલવા માંડ્યો. શિચિરીએ તેને કહ્યું: "અરે ભાઈ, એમ ને એમ કેમ જાય છે? તને આ રીતે કોઈ ધન ભેટ આપતું હોય તો તારે એનો આભાર તો માનવો જ જોઈએ ને?"

ચોરે આભાર માન્યો અને ચાલતી પકડી.

થોડા દિવસ પછી આ ચોર પકડાઈ ગયો. તેને સરખી રીતે મેથીપાક પડ્યો એટલે તેણે પોતાના ગુનાઓ કબૂલ કરવા માંડ્યા. તેણે ન્યાયાધીશને કહ્યું: "મેં શિચિરીના ખાનામાંથી પણ પૈસા ઉઠાવેલા." એટલે સદ્ ગુરુ શિચિરીને સાક્ષી તરીકે બોલાવવામાં આવ્યા. ન્યાયધીશે તેમને ચોરી અંગે પૂછ્યું એટલે તેમણે કહ્યું: "આ માણસ કાંઈ ચોર નથી. મારી કુટીરમાં તેણે ચોરી કરી નથી. મેં એને પૈસા આપેલા અને તેણે પૈસા મળવા બદલ મારો આભાર માનેલો."

ચોરને એટલી શિક્ષા ઓછી થઈ. બાકીના ગુનાઓ માટે તેને જેલ ભોગવવી પડી. ચોર જેવો જેલમાંથી છૂટ્યો કે તરત શિચિરીની કુટીરે પહોંચી ગયો અને તેમનો શિષ્ય થઈ ગયો.

45
ઝેનકથા

એક ચોર સદ્ ગુરુની કુટીરમાં ઠંડીગાર રાત્રીએ પ્રવેશ કરે છે. કુટીરમાં લેવા જેવું કાંઈ જ નહોતું. એક સાધુ કામળો ઓઢીને પડ્યા હતા. ચોરની એ રાત તદ્દન નકામી ગઈ હતી. કોઈ જગ્યાએથી કાંઈ હાથમાં આવ્યું નહોતું. આ કુટીરમાં પણ કાંઈ જ નહોતું, એટલે તે હતાશ થઈ ગયો. સાધુ ચોરની હલચલ જાણતા હતા. તેમને થયું: અતિશય ટાઢ વેઠીને આ માણસ ચોરી કરવા આવ્યો છે, પણ આ કુટીરમાં લેવા જેવું કાંઈ જ નથી. તે ખાલી હાથે જાય તે બરાબર નથી. તેમણે ચોરને કહ્યું: "ભાઈ, ખાલી હાથે ન જઈશ. મને શું ખબર કે તું આજે રાત્રે ચોરી કરવા આવવાનો છે? જાણ હોત તો જરૂર કાંઈ મૂલ્યવાન તારા માટે રાખી મુકત. હવે મારી પાસે આ કામળા સિવાય બીજું કાંઈ જ નથી. તું આ કામળો લઈ જા. બહાર સખત ઠંડી છે. તારે પણ હૂંફની જરૂર છે."

સામેથી આવી રીતે આપનારો મનુષ્ય ચોરને મળ્યો નહોતો એટલે તે વિચારમાં પડી ગયો. સાધુ નગ્ન અવસ્થામાં કામળો લઈને ઊભા હતા. ચોર મનોમન ગભરાતો હતો; પણ ના પાડવાની તેની હિંમત નહોતી. તેણે ચૂપચાપ કામળો લઈ લીધો અને કુટીરની બહાર જવા લાગ્યો. સદ્ ગુરુએ તેને કહ્યું: "તું એમ ને એમ કાંઈ બોલ્યા વિના જતો રહે તે બરાબર નથી. મેં તને રાજી ખુશીથી કામળો આપ્યો છે. તારે આભાર તો માનવો જોઈએ. તું મારો આભાર માન્યા વિના ચાલ્યો જા તે બરાબર નથી."

ચોરને આભાર માનવાનો વિચાર ક્યાંથી આવે? પણ સાધુએ સામે ચાલીને કહ્યું એટલે તે આભાર માની રવાના થઈ ગયો. એક દિવસ આ ચોર પણ પકડાઈ ગયો! પોલીસે તેને માલમત્તા સાથે ન્યાયધીશ સમક્ષ રજૂ કર્યો. તેના સદ્ નસીબે પેલો કામળો તેની પાસે હતો. ન્યાયધીશ કામળાવાળા ઝેન સાધુને ઓળખતા હતા. ચોરીનો મોટો પુરાવો મળી ગયો. ઝેન સાધુને ન્યાયાલયમાં બોલાવ્યા ત્યારે તેમણે કહ્યું: "આ માણસ ચોર નથી. મેં સામે ચાલીને તેને કામળો આપ્યો છે અને તેના બદલામાં તેણે મારો આભાર માન્યો છે."
ન્યાયધીશે તેને છોડી મૂક્યો.

46
કરવા જેવું કાર્ય

મુલ્લા નસરુદ્દીન તેમના પોતાના પ્રદેશથી દૂર આવેલા એક ગામમાં પહોંચી ગયા. પણ તે અગાઉ એક મહાન આચાર્ય તરીકેની તેમની ખ્યાતિ ત્યાં ફેલાઇ ગઈ હતી.

મુલ્લાજીનું આગમન થયું એટલે ગામ લોકો એકત્રિત થયા અને તેમના પ્રવક્તાએ કહ્યું: "હે મહાન નસરુદ્દીન, તમારા જ્ઞાનનો અમને લાભ આપો. અમે સૌ જ્ઞાન પ્રાપ્તિ માટે ઉત્સુક છીએ.

મુલ્લાજીએ પ્રત્યુતર આપતા કહ્યું: "ખૂબ સારી વાત છે. પણ હું જ્ઞાન અંગે વાત કરું તે પહેલાં તમને એક ઉપયોગી સૂચન કરવા માંગુ છું. ગામની સામે આવેલી ગંદી અને કદરૂપી ટેકરી દૂર થાય તો શીતલ હવાની તમે મજા માણી શકશો, જે અત્યારે આ ટેકરી ખાળી રહી છે. તમે આવું થાય તેમ ઇચ્છો છો?"

આવી દરખાસ્ત સાંભળી લોકો રાજી થઈ ગયા. નસરુદ્દીને લોકોને સંબોધીને કહ્યું: "તમે એક કામ કરો. ટેકરીને ચારે બાજુથી વીંટાળી શકાય તેનાથી થોડું મોટું એક દોરડું મને લાવી આપો. " ગામ લોકોએ મહિનાઓ સુધી મહેનત કરી મોટું દોરડું બનાવ્યું, અને મુલ્લાજી સમક્ષ રજૂ કર્યું. મુલ્લાજીએ લોકોને ધન્યવાદ આપી કહ્યું: "સરસ કામ થઈ ગયું. હવે તમે આ દોરડાને ટેકરીની ચારે બાજુ વીંટાળી દો અને તેને ઊંચકીને મારી પીઠ પર મૂકી દો, જેથી હું તેને લઈ જઈ શકું." ગામ લોકો બોલ્યા: "એ કેવી રીતે બને? તમે મૂર્ખામી ભરેલી વાત કરી રહ્યા છો. આ ટેકરી અમે કેવી રીતે ઉચકી શકીએ?"

નસરુદ્દીન: "જો તમે સૌ ભેગા મળી ટેકરી ન ઉચકી શકતા હો તો તેને મારે કઈ રીતે ઉચકીને અહીંથી લઈ જવી? તમે મને કહો છો કે મને જે જ્ઞાન પ્રાપ્ત થયું છે તે મારે તમને શીખવવું. વાત એમ છે કે તમે ટેકરી ખસેડીને મને આપી શકતા નથી, તો હું મારું જ્ઞાન તમને કઈ રીતે આપી શકું?"

47

જાગતા નર સદા સુખી

મહાત્મા આનંદ સ્વામી તેમના પ્રવચનમાં એક પતિ અને પત્નીનું દ્રષ્ટાંત આપતા. બંને સ્વેચ્છાએ પરણેલા. માતા-પિતા સાથે રહેવાનું ફાવ્યું નહીં એટલે પુરુષે એક ભાડાનું ઘર શોધી કાઢ્યું. એક માળના મકાનમાં નીચે મકાન માલિક રહેતા હતા અને પહેલે માળે આ દંપતિ રહે. પુરુષને મોટા પગારવાળી નોકરી હતી અને માતા-પિતાથી છૂટો થયો ત્યારે તેના ધનવાન પિતાએ પણ સંપત્તિ અને સાધનો આપેલા. બંને જણા આનંદ કિલ્લોલ કરતાં. મકાન માલિકને નિયમિત ભાડું મળતું અને બીજી કોઈ લમણાંઝીક નહોતી, એટલે તે પણ રાજી રહેતો.

છ-આઠ મહિના સારી રીતે પસાર થઈ ગયા હશે. એમાં એક દિવસ સવારના પહોરમાં પતિ -પત્ની ઝઘડી રહ્યા હતા. બંને મોટા મોટા અવાજો કરી એકબીજાનો પ્રતિકાર કરતા હતા. તેમની વચ્ચે લાંબો સમય બોલાચાલી થઈ એટલે મકાન માલિકને આશ્ચર્ય થયું. તેઓ શા કારણે ઝઘડતા હતા તે તેમને સમજાતું નહોતું. બે વાસણ ભેગા થાય એટલે ખડખડાટ થાય, પણ લાંબો સમય ન ચાલે. એટલે મકાન માલિકને થયું: ઉતાવળ કરવાની જરૂર નથી. લાંબા સમયની અકળામણ ભેગી થઈ ગઈ લાગે છે. બોલી લેવા દો.

નોકરીએ જવાનો સમય થઈ ગયો છતાં ચડભડાટ ઓછો થયો નહીં. તાપ વધતો જાય તેમ થર્મીમીટરનો પારો ઊંચો જતો જાય, તેમ ઝઘડો શમવાને બદલે વધ્યો એટલે મકાન માલિક ઉપર ગયા અને પૂછવા લાગ્યા: "તમે બંને કેટલા બધા સુખથી રહેતા હતા. તમને સુખી જોઈને હું પણ ખૂબ પ્રસન્ન રહેતો હતો. તમારા જેવું સરસ જોડું મેં ક્યાંય જોયું નથી. આજે એવું શું બન્યું કે તમે ક્યારનાય ઝઘડી રહ્યા છો?"

પતિએ કહ્યું: "શેઠ, તમે જ આને સમજાવો. હું કહું છું કે છોકરાને વકીલ બનાવીશું. વકીલોનો ધીકતો ધંધો ચાલે છે. કોર્ટકચેરી ચાલતી હોય ત્યારે હાજર રહેવું પડે. જે સમય નિશ્ચિત કર્યો હોય એટલો સમય ઓફિસમાં ગાળવો પડે. બાકીનો સમય અમારી સાથે નિરાંતે રહી શકે.

મારી સીધી સાદી વાત આ સ્ત્રી સમજતી નથી. તે હઠ લઈને બેઠી છે કે છોકરાને ડોક્ટરે જ બનાવીશું. તેની દલીલ એવી છે કે અમે માંદા પડીએ તો કોઈની ઓશિયાળી નહીં. વળી સેવાની સેવા અને મેવાના મેવા. 25-50 માણસો આપણો ભાવ પૂછે, વગેરે. તે તેના સ્વાર્થની જ વાત કરે છે. છોકરાના જીવનની તેને પડી નથી. ડોક્ટરનો તો કાંઈ વ્યવસાય ગણાય? ન સમયનું ઠેકાણું, ન ખાવા પીવાનું. અડધી રાત્રેય કોઈ બેલ મારીને ઉઠાડે? ન એને શાંતિ કે આરામ મળે, ન ઘરનાને? આપણો છોકરો ડોક્ટર બને એવો આપણા શત્રુનેય વિચાર ન આવે, જ્યારે મારી ઘરવાળી હઠ લઈને બેઠી છે."

શેઠે તેની પત્નીને પૂછ્યું તો તેણે અકળાઈને કહ્યું: "મને એમ હતું કે હું ખૂબ નસીબદાર છું કે મને આવો પતિ મળ્યો. આજે મારી આંખો ખુલી. મને થાય છે કે હું આમને પનારે ક્યાં પડી? તેઓ સીધી સાદી વાત પણ સમજવા તૈયાર નથી અને પોતાનો કક્કો ખરો કરવા ક્યારનાય મંડી પડ્યા છે! તમે જ કહો હું શું ખોટું કહી રહી છું? વકીલાતના ધંધામાં જૂઠું બોલવું પડે, અસિલોને આડુ -અવળું સમજાવવું પડે, સાચાને ખોટું કરવું પડે અને ખોટાને સાચું કરવું પડે! છોકરો ભલે ગમે તેટલા રૂપિયા કમાય, પણ એમાં નીતિની કમાણી કેટલી? ડોક્ટર તો રૂપિયા કમાય અને દુનિયાની સેવા પણ કરે. તેઓ ભલે ગમે તેમ કહે, હું તો છોકરાને ડોક્ટર જ બનાવવાની."

શેઠે છોકરાને જોયેલો નહીં. તેમને થયું, છોકરો બહારગામ હોસ્ટેલમાં રહીને ભણતો હશે અને પરીક્ષા આપ્યા પછી કઈ લાઈન લેવી તે માટેનો આ ઝઘડો છે. તેમણે બંનેને સંબોધીને કહ્યું: " આ તે કંઈ ઝઘડો કરવા જેવી વાત છે? તમે બંને અરસપરસ ઝઘડીને મન ખાટાં કરો, તેના કરતાં છોકરો બહારગામથી આવે ત્યારે તેને જ પૂછી લેજો ને? જો તે ડોક્ટર થવા ઇચ્છતો હોય તો ડોક્ટર થાય અને વકીલ થવા ઇચ્છતો હોય તો ભલે વકીલાતનું ભણે. તમે ઝઘડશો નહીં. તમે મને તમારા છોકરાનું નામ સરનામું આપો. હું તેને વિગતવાર કાગળ લખીશ અને જે તે નક્કી કરે તે પાકું. જેને ભણવાનું છે તેને તમે પૂછતા નથી, તેના વિચારો જાણવા માગતા નથી અને નકામો કંકાસ શા માટે કરો છો? જલદી તેનું સરનામું આપી ઓફિસ ભેગા થઈ જાવ.

પતિ પત્ની એક સાથે બોલી ઊઠ્યા: "શેઠ, બાળક તો હવે જન્મશે. હજી વાર છે."

શેઠ સ્તબ્ધ થઈ ગયાં. જેનું અસ્તિત્વ જ નથી તેને કેન્દ્રમાં રાખીને ઝઘડો કરવો અને મન ખાટાં કરવા એ મૂર્ખામી ભર્યું છે, એમ બંનેને સમજાવીને તત્કાલ શાંત કર્યા.

48

સાતવાનો ઘડો

કોઈ એક નગરમાં સ્વભાવકૃપણ નામનો એક બ્રાહ્મણ રહેતો હતો. તે ભિક્ષા માંગતો. વિશેષ કરીને તે સાતવો માગતો. સાતવોખાતાં જે બચતો તેને તે એક ઘડામાં ભરી રાખતો. તે ઘડાને તે એક ખીલી પર ટાંગતો અને તેની નીચે ખાટલો પાથરી સૂતાં સૂતાં ઘડાને જોયા કરતો.

એક રાત્રે તે પથારીમાં સૂતો ત્યારે તેને વિચાર આવ્યો કે ઘડો સાતવાથી ભરાઈ ગયો છે. દુકાળ પડે તેટલી વાર છે. લોકોને ખાવાનાં સાંસા પડશે ત્યારે આ સાતવાના ઘણા બધા રૂપિયા મળશે. તે રૂપિયામાંથી હું બે બકરી ખરીદીશ. છ-આઠ મહિને બકરીઓ વિયાશે એટલે ઘણાં બકરાં થઈ જશે. તે બકરાંને વેચીને જેટલી ગાયો આવશે તેટલી ખરીદીશ. ગાયો વેચી ભેંસો અને ભેંસો વેચી ઘોડીઓ ખરીદીશ. અમુક સમયે ઘોડીઓ વિયાશે એટલે ઘણા ઘોડા થશે. ઘોડા વેચવાથી સોનું મળશે. સોનું હાથમાં આવ્યું કે મોટું ઘર બંધાવીશ. પછી તો કોઈને કોઈ બ્રાહ્મણ તેની રૂપાળી અને ભાગ્યવાન કન્યા મને પરણાવશે. તેનાથી મને જે પુત્ર થશે તેનું નામ સોમશર્મા પાડીશ. તે ઢીંચણે ચાલતો ચાલતો ઘોડાની ખરી પાસે થઈને મારી પાસે આવશે એટલે ગુસ્સે થઈ બ્રાહ્મણીને કહીશ કે છોકરાને તેડી લે. તે રોકાયેલી હશે એટલે મારી વાત સાંભળશે નહીં. એટલે હું ઊઠીને તેને લાત મારીશ. બ્રાહ્મણે મનોરથની ધૂનમાંને ધૂનમાં સાતવાના ઘડાને લાત મારી એટલે ઘડો તૂટ્યો અને બધો સાતવો બ્રાહ્મણ પર પડ્યો અને તેનું મહાન સપનું રોળાઈ ગયું.

49

કોને મહત્વ આપવું?

"મહાભારત"ના શાંતિ પર્વમાં કથા છે કે વિદેહ દેશના દેવરાતિ જનકે અશ્વમેધ યજ્ઞનો પ્રારંભ કર્યો ત્યારે સેંકડો ઋષિઓને નિમંત્રિત કર્યા હતા. આ યજ્ઞમાં હજાર ગાયો ઉપરાંત જનકે ઘણું બધું સોનુ અને રત્નો સામે રાખીને કહ્યું : "આ સભામાં જે સર્વ શ્રેષ્ઠ ઋષિ હોય તે તમામ સુખ સામગ્રી તથા અનેક ગામો અને સેવકોની સંપત્તિ લઈ જઈ શકે છે." આ સાંભળી કોઈ આગળ ન આવ્યું ત્યારે યાજ્ઞવલ્ક્ય ઊભા થયા અને તેમણે તેમના શિષ્ય સામશ્રવસને કહ્યું: "મારા જેવો વેદવત્તા અહીં કોઈ નથી. એટલે આ સમસ્ત સંપત્તિ આપણી છે. તેને તું લઈ લે." પછી તેમણે ઉપસ્થિત ઋષિઓને સંબોધીને કહ્યું: " જો કોઈ વ્યક્તિ મને સર્વ શ્રેષ્ઠ ન સમજતો હોય તો તેને મારો પડકાર છે કે મારી સામે આવે." આવો પડકાર સાંભળી સમગ્ર સભામાં ખળભળાટ થઈ ગયો અને કેટલાય વિદ્વાનો તેમની સાથે વાદવિવાદ કરવા તૈયાર થઈ ગયા; પણ બધા જ હારી ગયા.

યાજ્ઞવલ્ક્યને બે પત્નીઓ હતી: કાત્યાયની અને મૈત્રેયી. તેમણે વન-ગમન કરવાની તૈયારી કરી ત્યારે બંને પત્નીઓને બોલાવીને કહ્યું: "હું વન પ્રસ્થાન કરું છું. એટલે સ્થાવર તેમજ જંગમ મિલકત તમને બંનેને સરખે ભાગે વહેંચી આપું છું. કાત્યાયનીએ તેના ભાગની મિલકતનો સ્વીકાર કરી લીધો, પણ મૈત્રેયીએ પૂછ્યું: "તમે અમને જે ભૌતિક સંપત્તિ આપી રહ્યા છો તેના વડે અમને તમે જે પ્રાપ્ત કરવાના છો તે મળશે ખરું?" ઋષિએ કહ્યું: "હે મૈત્રેયી, તું કેવો પ્રશ્ન પૂછે છે? સ્થાવર જંગમ મિલકતથી કદી આત્મ તત્વ મળતું હશે ખરું?"

પતિનો આવો ઉત્તર સાંભળી મૈત્રેયી એ કહ્યું: "મને આધ્યાત્મિક જ્ઞાનની આકાંક્ષા એટલા માટે છે કે સાક્ષાત સુવર્ણમય પૃથ્વી પ્રાપ્ત થાય તો પણ અમરત્વ પ્રાપ્ત નહીં થાય. જે કેવળ અધ્યાત્મજ્ઞાનથી જ પ્રાપ્ત થઈ શકે છે. તેને લઈને હું શું કરું? (યેનાહં નામૃતા સ્યામ્, કિંમહં તેન કુર્યામ્)" પછી યાજ્ઞવલ્ક્યે તેને ઉત્તર આપ્યો, "તું જે કહી રહી છે તે બરાબર છે. તારા આ વિચારોથી હું પ્રસન્ન છું. એટલે હું તને આત્મજ્ઞાન આપવા ઇચ્છું છું. આત્માનું

અધ્યયન અને મનન કરવાથી જ સંસારની પ્રત્યેક વસ્તુનું જ્ઞાન પ્રાપ્ત થાય છે. એ જ કારણે, આ સર્વ શ્રેષ્ઠ જ્ઞાનનો સાક્ષાત્કાર હું તને કરાવવા ઇચ્છું છું."

ઓછામાં ઓછ ચારેક હજાર વર્ષ પહેલા મૈત્રેયીને સમજાઈ ગયું હતું કે તેણે કયો વિકલ્પ પસંદ કરવાનો છે. નચિકેતા યમરાજ પાસે હાજર થયો ત્યારે તેને પણ શ્રેય અને પ્રેયમાથી પસંદગી કરવાની આવી હતી. મૈત્રેયીને શું શું મળવાનું હતું તેની વિગતો બૃહદારણ્યક ઉપનિષદમાં આપી નથી, પણ કાત્યાયનીએ સ્થાવર મિલકત પસંદ કરી તેનો અર્થ એ થયો કે એ મિલકત પ્રમાણમાં ઘણી હોવી જોઈએ. યમરાજે નચિકેતાને જબરા સુખ સગવડો અને વૈભવની લાલચ આપી હતી. નચિકેતા ઘણો નાનો હતો. એ વૈભવની લાલસામાં સપડાઈ ગયો હોત; પણ તેની પાસે હેતુની પૂરેપૂરી સ્પષ્ટતા હતી અને તેની વિવેક શક્તિ બરાબર ખીલેલી હતી. એટલે તેણે પ્રેયને જતું કર્યું અને શ્રેયને પસંદ કર્યું. યમરાજે તેને વારંવાર પીગળાવવાનો પ્રયત્ન કર્યો, પણ નચિકેતા મૃત્યુનું રહસ્ય જાણવામાં એટલો મક્કમ રહ્યો કે યમ દેવની એક પણ લાલચ તેને ચળાવી શકી નહીં. મૈત્રેયી સમક્ષ જ્યારે પ્રેય અને શ્રેયની પસંદગી કરવાની આવી ત્યારે તેણે સ્થાવર-જંગમ મિલકત જતી કરી અને અમરત્વનો માર્ગ પસંદ કર્યો. શ્રેયની પસંદગીની બાબતમાં બંનેમાં સામ્ય હતું.

50
મનુષ્ય ચેતતો નથી

સિદ્ધાર્થ ગૌતમ બુદ્ધ બન્યા તે પહેલા તેમને ત્રણ ચેતવણીઓ મળી હતી. જીવનની યુવાવસ્થા સુધી તેમને જીવનની કેટલીક વાસ્તવિકતાઓથી વંચિત રાખવામાં આવ્યા હતા. તેમના પિતા શુદ્ધોદનને જ્યોતિષીઓએ એવું કહેલું કે સિદ્ધાર્થના ગ્રહો એવા છે કે કાં તે મહાન ચક્રવર્તી રાજા બને અથવા ગૃહ ત્યાગ કરી પૃથ્વી પરની અજ્ઞાનતા અને પાપનો બોજો ઓછો કરનાર યુગનો શ્રેષ્ઠ પુરુષ બને. આથી શુદ્ધોદનને થયું કે સિદ્ધાર્થ વિરક્ત વૈરાગી ન થઈ જાય તે માટે કાંઈક વ્યવસ્થા કરવી જોઈએ. તેમણે સિદ્ધાર્થને જીવનની વાસ્તવિકતાઓથી દૂર રાખવા એવો રાજ વૈભવ ખડો કરી દીધો કે તેને વૈરાગ્યવૃત્તિ જન્મે જ નહીં. રાજકુમારની નજરે દુ:ખ, રોગ, ઘડપણ, મરણ કે સંન્યાસી ન પડે તેની પૂરતી કાળજી લેવામાં આવી અને ક્ષાત્રવિદ્યામાં તે પારંગત બને તેવી તમામ સુવિધાઓ તેને આપવામાં આવી.

રાજાના તમામ પ્રયત્નો છતાં રાજકુમારની ચિંતનશીલ પ્રકૃતિને તેઓ અટકાવી શક્યા નહીં. સિદ્ધાર્થ ગૌતમ કલાકો સુધી એકાસને ધ્યાનસ્ત બેસી જતા અને વિચાર-ચિંતનમાં મગ્ન રહેતાં. પિતા શૂદ્ધોદને સિદ્ધાર્થ માટે વર્ષની મુખ્ય ત્રણ ઋતુઓના ત્રણ મહેલનું નિર્માણ કર્યું અને વિવિધ પ્રકારના સુખ ભોગોની તેમાં વ્યવસ્થા કરવામાં આવી, પણ સિદ્ધાર્થ જુદી માટીના બનેલા હતા. જબરા વૈભવને જોઈ તેઓ બહિર્મુખ થવાને બદલે અંતર્મુખ બનતા ગયા. કોઈ પણ વસ્તુનો અતિરેક થાય ત્યારે માણસના મનમાં ધૃણા જન્મે એવું બને છે. તેમાંય સિદ્ધાર્થતો વધારે ચિંતનશીલ હતા. ભલે તેમણે વિશાલ રાજ મહેલો અને સુંદર ઉદ્યાનોની ચારે બાજુ આવેલી દીવાલોની બહારની દુનિયા જોઈ નહોતી, પણ તેમણે ઋતુઓના પલટા સરખી રીતે જોયા હશે. તેમણે પુષ્પોને ખીલતા અને ખરી જતા જોયા હશે. પરિવર્તનની નાની મોટી ઘટનાઓનો તેમના મનોજગત પર પ્રભાવ તો પડ્યો જ હશે.

એમાં એક દિવસ તેમણે નગર બહાર જવાની ઇચ્છ વ્યક્ત કરી. તેઓ રાજકુમાર હતા;

"

પરણેલા હતા સારથી છન્ન તેમને ના પાડી શકે તેમ નહોતા. તેમણે પ્રથમવાર એક વૃદ્ધને, રોગીને અને મૃત મનુષ્યને જોયા અને તેમના ચિત્ત પર આ દ્રશ્યોની એટલી ઘેરી અને પ્રબળ અસર થઈ કે તેમને થોડી ક્ષણોમાં જગતની ક્ષણ ભંગુરતા સમજાઈ ગઈ અને તેઓ શાશ્વત સત્યની શોધમાં બધા જ વૈભવ છોડવા તત્પર થઈ ગયા.

યુવાન વયે તેમને વાસ્તવિક જગતનું દર્શન થયું, તેમ લાખો યુવાનોને અત્યાર સુધી એવું દર્શન થતું રહ્યું છે, છતાં આ રોજબરોજ બનતી ઘટનાઓએ સિદ્ધાર્થના જીવનને તદ્દન નવો વળાંક આપ્યો, તેમ બહુ જ અલ્પ સંખ્યાના લોકોના જીવનમાં જબરું કહી શકાય તેવું પરિવર્તન આવ્યું છે!